SÁCH NẤU TRÀ BOBA NHÀ LÀM

Từ trà sữa cổ điển đến hương vị vui nhộn và sôi nổi để thỏa mãn cơn thèm trân châu của bạn

Nhiên Linh

Tài liệu bản quyền ©202 3

Đã đăng ký Bản quyền

Không phần nào của cuốn sách này có thể được sử dụng hoặc truyền đi dưới bất kỳ hình thức nào hoặc bằng bất kỳ phương tiện nào mà không có sự đồng ý bằng văn bản của nhà xuất bản và chủ sở hữu bản quyền, ngoại trừ các trích dẫn ngắn được sử dụng trong bài đánh giá. Cuốn sách này không nên được coi là tài liệu thay thế cho các lời khuyên về y tế, luật pháp hoặc chuyên môn khác.

MỤC LỤC

MỤC LỤC	**3**
GIỚI THIỆU	**8**
CÔNG THỨC CƠ BẢN	**9**
1. Trân châu khoai mì tự làm	10
BOBA TRÁI CÂY	**12**
2. Trà dâu tây trân châu	13
3. Chè xoài trân châu	16
4. Trà vải trân châu	19
5. Trà Honeydew Boba	21
6. Trà trân châu việt quất	23
7. Trà trân châu mật ong hoa cam	25
8. Trà trân châu bí đao	27
9. Trà Boba Dưa Húng Quế	30
10. Trà Đào Trân Châu	32
11. Chè Ube trân châu dừa	35
12. Boba bơ	38
13. Chè trân châu cốt dừa	40
14. Trà Trân Châu Chanh Dây	42
15. Trà trân châu gừng dứa	44
16. Chè dừa vải trân châu	46
17. Trân châu lựu thạch chanh	48
18. Lychee-vani dừa mát lạnh	50
19. Trà trân châu Matcha Yuzu trân châu nâu	52
20. Chè chuối dứa	55

21. Trà xoài trân châu dâu tây	57
22. Chè xoài trân châu	59
23. Trà đá trân châu dâu tây	62
24. Nước uống vải thiều trân châu dưa hấu	64
25. Trà bí đao	66

BÁNH QUY, KEM VÀ KẸO BOBA   68

26. Trà trân châu kem   69 Trà bơ Oreo   71 Kẹo thỏ trắng Boba 77 Trà sữa Nutella   79 hôn kẹo của Hershey   83 HOA SỨC MẠNH   93 Trà khoai môn bơ hoa nhài   94

GIỚI THIỆU

Trà trân châu hay còn gọi là trà trân châu đã trở thành một loại đồ uống phổ biến trên toàn thế giới. SÁCH NẤU TRÀ BOBA NHÀ LÀM là một cuốn sách dạy nấu ăn toàn diện có 100 công thức sáng tạo và mới mẻ để pha chế đồ uống trà trân châu thơm ngon tại nhà.

Từ trà sữa cổ điển đến những hương vị vui nhộn và sôi nổi, cuốn sách dạy nấu ăn này có thứ gì đó phù hợp với mọi khẩu vị. Các công thức nấu ăn bao gồm trà trân châu matcha, trà trân châu dâu tây, trà trân châu khoai môn, v.v. Mỗi công thức đều đi kèm với một bức ảnh đầy màu sắc và bao gồm các mẹo về cách làm trân châu trân châu hoàn hảo và pha trà hoàn hảo.

Ngoài các công thức nấu ăn, cuốn sách dạy nấu ăn này còn cung cấp thông tin về lịch sử và văn hóa của trà trân châu, cũng như các mẹo về cách chọn và bảo quản nguyên liệu. Cho dù bạn là một người hâm mộ boba cuồng nhiệt hay chỉ mới khám phá ra loại đồ uống thơm ngon này, SÁCH NẤU TRÀ BOBA NHÀ LÀM là thứ không thể bỏ qua đối với bất kỳ nhân viên pha chế tại nhà nào.

CÔNG THỨC CƠ BẢN

1. Trân châu khoai mì tự làm

THÀNH PHẦN:
- Bột sắn
- Nước sôi
- Màu thực phẩm (không bắt buộc)

HƯỚNG DẪN:
a) Dần dần trộn nước sôi vào bột cho đến khi nó tạo thành một khối bột.
b) Vo tròn thành những hình mong muốn (ở đây mình vo thành từng viên nhỏ giống như viên ngọc trai).
c) Trong một cái chảo, đun sôi nước. Cho tất cả trân châu vào nước sôi. Đun sôi cho đến khi chúng nổi trên mặt nước.
d) Vớt ra và ngâm trân châu vào nước mát (nước ở nhiệt độ phòng là được).

e) Phục vụ với món tráng miệng yêu thích của bạn hoặc trà sữa bong bóng.

TRÁI CÂY TRÁI CÂY

2. Trà trân châu dâu tây

Làm cho: 1 khẩu phần

THÀNH PHẦN:
TRÀ BOBA DÂU TÂY

- 2 túi trà xanh
- ⅔ cốc nước
- ⅓ cốc sữa
- ¼ chén xi-rô dâu tây
- 1 cốc nước đá

TINH BỘT SẮN BÓNG

- 2 cốc nước
- ¼ chén viên bột sắn

HƯỚNG DẪN:
PHA TRÀ

a) Đun sôi ⅔ cốc nước.
b) Nếu sử dụng ấm điện có cài đặt nhiệt độ, hãy đặt nước ở nhiệt độ 175°F. Sử dụng nước lọc nếu có thể.
c) Ngâm túi trà trong nước nóng trong 3 phút.
d) Vứt bỏ gói trà và để trà nguội.

NẤU TINH BỘT SẮN

e) Đun sôi 2 cốc nước và thêm viên bột sắn.
f) Đun sôi nước trong nồi trên bếp rồi cho viên bột sắn vào. Nấu trên lửa vừa cao trong 8-10 phút. Thỉnh thoảng khuấy đều. Bóng khoai mì phải mềm hoàn toàn.
g) Xả bóng khoai mì.

LẮP RÁP

h) Cho những viên bột sắn dẻy vào cốc và thêm siro dâu tây. Thêm đá, trà xanh và sữa.

i) Sử dụng ống hút cực rộng để uống. Phục vụ ngay lập tức và khuấy trước khi uống.

3. Trà xoài trân châu

Làm cho: 1 Trà Boba

THÀNH PHẦN:
- 1 túi trà xanh
- $\frac{3}{4}$ chén mật xoài
- $\frac{1}{2}$ cốc sữa
- $\frac{1}{8}$ chén trân châu bột sắn dây đen nấu nhanh
- 2 muỗng canh đường cát
- 2 muỗng canh nước
- một nắm đá

HƯỚNG DẪN:

a) Pha trà xanh: Ngâm túi trà xanh trong $\frac{3}{4}$ cốc nước sôi trong 5-10 phút. Lấy túi trà ra và để trà nguội đến nhiệt độ phòng. Sau đó cho trà vào tủ lạnh và để lạnh ít nhất một giờ.

b) Làm xi-rô đơn giản: Đun nóng 2 thìa canh đường cát và 2 thìa canh nước trong nồi nhỏ trên lửa vừa. Thỉnh thoảng khuấy cho đến khi đường tan hoàn toàn. Sau khi hòa tan, lấy chảo ra khỏi bếp và để xi-rô nguội đến nhiệt độ phòng.

c) Làm trân châu: Đun sôi một nồi nước nhỏ trên lửa lớn. Sau khi đun sôi, thêm trân châu bột sắn đen. Lúc đầu, chúng sẽ chìm xuống, sau đó chúng sẽ nổi lên và nổi sau 15-20 giây. Giảm nhiệt một chút để duy trì hơi sôi và tiếp tục đun nhỏ lửa trong 5-10 phút. Lấy nồi ra khỏi bếp và lọc lấy trân châu. Ngâm trân châu dưới vòi nước lạnh khoảng một phút cho đến khi chúng đạt đến nhiệt độ phòng. Ngay lập tức khuấy boba vào 1-2 muỗng cà phê hỗn hợp xi-rô đơn giản. Điều này chỉ đủ để phủ boba.

d) Trộn trà trân châu với nhau: Khuấy trà xanh ướp lạnh, nước ép xoài và sữa với nhau. Thêm trân châu đã nấu chín, xi-rô đơn giản và một ít đá. Thưởng thức!

4. Trà vải trân châu

Làm cho: 2 phần ăn

THÀNH PHẦN:
SYRUP NGỌC TRAI BOBA ĐƯỜNG NÂU
- ½ chén trân châu bột sắn
- ¼ chén đường muscovado, hoặc đường nâu sẫm
- 50ml nước lạnh

vải thiều
- ½ chén trà xanh
- 2 đến 3 muỗng canh bột vải thiều
- 1½ cốc sữa

HƯỚNG DẪN:
SYRUP NGỌC TRAI BOBA ĐƯỜNG NÂU
a) Chuẩn bị trân châu khoai mì của bạn theo gói.
b) Trong một cái nồi, kết hợp đường muscovado với 40 ml nước và đun sôi. Vặn nhỏ lửa và cho trân châu bột sắn đã chuẩn bị vào. Đun nhỏ lửa cho đến khi xi-rô đường nâu đặc lại. Đun những viên trân châu đã nấu chín trong xi-rô chỉ làm tăng thêm hương vị cho chúng.
c) Tắt bếp khi nó đã đặc lại.

vải thiều
a) Ngâm trà xanh và đặt nó sang một bên.
b) Trong máy xay sinh tố, kết hợp bột vải thiều và sữa.
c) Trộn cho đến khi kết hợp hoàn toàn.
d) Trong một cốc, thêm một nửa xi-rô đường nâu với ngọc trai. Cho đá viên vào.
e) Cho bột vải đã xay và sữa vào cốc. Đầu tắt với trà xanh.
f) Trộn cho đến khi mọi thứ đã kết hợp.

5. Trà trân châu mật ong

Làm cho: 2

THÀNH PHẦN:
- 4 túi trà xanh
- 2 cốc nước nóng sôi
- $\frac{1}{2}$ cốc sữa
- $\frac{1}{2}$ quả dưa lưới, bỏ hạt và cắt miếng vuông lớn
- $\frac{1}{4}$ chén đường cát
- 2 phần Ngọc trai Boba đã chuẩn bị

HƯỚNG DẪN:
a) Ngâm 4 túi trà xanh trong 2 cốc nước nóng sôi trong 4 phút, lấy túi trà ra, khuấy trong $\frac{1}{4}$ cốc đường hạt và để trà nguội đến nhiệt độ phòng.
b) Đặt các miếng Honeydew vào máy xay sinh tố, thêm trà đã nguội và $\frac{1}{2}$ Cốc sữa, và trộn ở tốc độ cao trong một phút hoặc cho đến khi các miếng Honeydew có vẻ hòa quyện.
c) Đổ hỗn hợp qua túi sữa hạt và vắt hết chất lỏng. Bạn cũng có thể lọc qua lưới lọc mịn và dùng thìa silicone ấn cùi để loại bỏ càng nhiều chất lỏng càng tốt. Bỏ bã.
d) Cho trân châu trân châu vào 2 ly Phục vụ, thêm đá và rót Trà trân châu trân châu mật ong vào. Thưởng thức!

6. Trà trân châu việt quất

Làm cho: 2 Boba Teas

THÀNH PHẦN:
- 1 túi trà xanh
- 5 muỗng canh + 1 muỗng canh xi-rô việt quất đơn giản
- ¼ chén trân châu bột sắn đen nấu nhanh
- 1 ly sữa
- một nắm đá

HƯỚNG DẪN:
a) Pha trà xanh: Đổ 1 cốc nước sôi lên túi trà xanh. Để trà dốc trong 5 đến 10 phút. Lấy túi trà ra và để trà nguội đến nhiệt độ phòng. Sau đó đặt nó trong tủ lạnh để làm lạnh.
b) Làm trân châu: Trên bếp, đun sôi một nồi nước nhỏ. Thêm vào boba. Ban đầu chúng sẽ chìm nhưng sẽ nổi sau 10-20 giây. Giảm nhiệt một chút để duy trì độ sôi nhẹ. Tiếp tục đun sôi trong 5-10 phút. Lấy nồi ra khỏi bếp, vớt trân châu ra và ngâm dưới vòi nước lạnh trong một phút.
c) Thêm trân châu vào xi-rô: Thêm trân châu vào 1 muỗng canh xi-rô việt quất đơn giản. Đây chỉ là lượng xi-rô vừa đủ để bao phủ chúng và ngăn chúng dính vào nhau.
d) Pha trà trân châu: Thêm trà xanh ướp lạnh, sữa và 5 thìa xi-rô việt quất đơn giản còn lại với nhau. Khuấy cho đến khi kết hợp tốt. Thêm trân châu và một ít đá. Khuấy, và thưởng thức!

7. Trà trân châu mật ong hoa cam

Làm cho: 1 ly

THÀNH PHẦN:
- 5 chén nước + ½ chén nước
- ½ cốc Bột sắn dây ăn liền
- 2 thìa mật ong hoa cam
- ½ cốc sữa hạnh nhân
- 2 túi trà hoa cúc

HƯỚNG DẪN:
a) Cho ½ cốc nước vào lò vi sóng trong 1 phút.
b) Ngâm túi trà trong nước nóng trong 3 phút.
c) Để trà nguội.
d) Đun sôi 5 cốc nước.
e) Sau khi đun sôi, thêm trân châu bột sắn.
f) Khi trân châu nổi lên, nấu trên lửa vừa trong 3 phút.
g) Đậy nắp và đun nhỏ lửa trong 2-3 phút.
h) Cho trân châu đã hoàn thành vào nước lạnh 30 giây, vớt ra cho vào tô khô.
i) Bọc ngọc trai trong mật ong.
j) Đổ trân châu vào cốc và thêm trà cho đến khi đầy hơn nửa cốc một chút.
k) Thêm sữa hạnh nhân để lấp đầy phần còn lại của cốc.
l) Thưởng thức ngay lập tức.

8. Trà trân châu bí đao

Làm cho: 6 phần ăn

THÀNH PHẦN:
SYRÚT MƯA ĐÔNG
- 5 chén dưa mùa đông, gọt vỏ và cắt khối
- ⅔ chén đường nâu
- 1,8 ounce đường phèn

CƠ SỞ TRÀ
- 9 muỗng cà phê Trà xanh hoa nhài, lá rời
- 6 cốc nước lọc
- 1½ cốc sữa nguyên chất
- khối nước đá

TAPIOCA PEARLS
- 1 ¾ chén trân châu trân châu đường nâu
- 9 cốc nước

HƯỚNG DẪN:
SYRÚT MƯA ĐÔNG

a) Gọt vỏ và cắt dưa mùa đông tươi thành khối nhỏ. Đặt chúng vào một cái bát lớn và rắc đường nâu lên trên. Trộn đều hỗn hợp, sau đó để yên trong 1 giờ. Sau 1 tiếng, mướp sẽ tiết ra nhiều nước.

b) Chuyển hỗn hợp vào nồi. Nấu trên lửa vừa cho đến khi chất lỏng bắt đầu sủi bọt.

c) Trộn đường phèn, sau đó giảm nhiệt xuống thấp và đun trong 1 giờ. Cứ 5-10 phút trộn đều một lần để hoa quả không bị cháy.

d) Sau 1 giờ, trái cây sẽ trông trong mờ và nước trái cây sẽ đặc hơn, giống như xi-rô.

e) U một cái rây lớn để loại bỏ thịt trái cây và chỉ giữ lại xi-rô lỏng.

f) Để xi-rô nguội hoàn toàn đến nhiệt độ phòng.

CƠ SỞ TRÀ
a) Đun sôi nước đã lọc trong ấm đến 175°F.
b) Đặt lá trà xanh Jasmine vào ấm trà có lưới lọc.
c) Đổ nước nóng lên lá trà, đậy nắp và ngâm trong 3 phút. Không ngâm lâu hơn vì nó có thể làm cho trà bị đắng.
d) Loại bỏ lá trà và loại bỏ chúng. Làm nguội đến nhiệt độ phòng, sau đó làm lạnh trong 30 phút đến 1 giờ.

TAPIOCA PEARLS
e) Nấu trân châu đường nâu theo chỉ dẫn trên bao bì. Sau khi nấu chín, chuyển chúng sang nước đá. Sử dụng trong vòng vài phút để có kết cấu dai tốt nhất.

CUỘC HỢP
a) Trong một ly phục vụ cao, đặt 2-3 muỗng canh xi-rô dưa mùa đông. Điều chỉnh số lượng theo sở thích cá nhân.
b) Đổ trà lạnh lên trên xi-rô, sau đó trộn mọi thứ để hòa tan xi-rô bí đao.
c) Thêm 2-3 muỗng canh boba nấu chín.
d) Đổ sữa lạnh lên trên và kết thúc bằng đá viên. Thưởng thức ngay lập tức!

9. Trà Boba Dưa Húng Quế

Làm cho: 4

THÀNH PHẦN:
- 5 muỗng cà phê đường siêu mịn
- 2 oz bột sắn
- 1 pound dưa tươi
- 8-10 lá húng quế tươi
- 8 ounce trà đen đã pha
- 4 ounces sữa, hoặc nếm thử
- một nắm nhỏ đá viên

HƯỚNG DẪN:
a) Đun sôi 16 ounce nước với 1 thìa cà phê đường.
b) Thêm khoai mì và nấu trong 20 phút, hoặc cho đến khi mềm.
c) Xay nhuyễn dưa và lá húng quế.
d) Kết hợp nước ép dưa-húng quế, đường, trà và sữa còn lại trong bình lắc.
e) Thêm đá viên và lắc.
f) Ăn kèm với khoai mì đã nấu chín.

10. Trà Đào Trân Châu

Làm cho: 4

THÀNH PHẦN:
ĐỐI VỚI SYRUP ĐÀO:
- 2 quả đào; gọt vỏ, rỗ và thái hạt lựu
- ⅓ cốc xi-rô phong loại A
- ¼ cốc nước
- ½ muỗng cà phê chiết xuất vani
- ¼ thìa cà phê gừng xay
- Chút muối

ĐỐI VỚI BOBA:
- 1 chén trân châu bột sắn
- 2 túi trà đen
- 2 cốc sữa không sữa, tùy khẩu vị

HƯỚNG DẪN:
a) Làm xi-rô đào: Cho xi-rô phong, nước, vani, gừng và muối vào nồi nhỏ trên lửa vừa và trộn đều, sau đó cho đào vào.

b) Đun nhỏ lửa trong 15 phút hoặc cho đến khi đào mềm thỉnh thoảng khuấy. Thêm nhiều nước hơn với số lượng 1 muỗng canh nếu hỗn hợp quá khô. Tắt lửa và đổ hỗn hợp đào vào một cái rây mịn đặt trên một cái bát.

c) Dùng thìa nghiền đào qua rây cho đến khi bạn có khoảng ½ cốc "xi-rô". Vứt bỏ cùi/xơ của quả đào hoặc sử dụng cho mục đích khác.

d) Pha trà cô đặc: Sử dụng bếp, lò vi sóng hoặc ấm điện để đun nóng 1 cốc nước đến 200F. Đặt túi trà vào cốc, đổ nước lên trên và ngâm trong 5 phút.

e) Lấy các túi trà ra, sau đó cho trà vào tủ lạnh để làm mát trong khi nấu trân châu.

f) Nấu trân châu: Trong khi chờ đợi, đun sôi một nồi nước lớn, sau đó cho trân châu bột sắn vào. Đun cho đến khi trân châu nổi lên mặt nước và dai, khoảng 5 đến 7 phút.

g) Để ráo nước và rửa sạch với nước lạnh. Trân châu sẽ bắt đầu dính lại với nhau, vì vậy chỉ nấu những gì bạn cần và cố gắng sử dụng ngay.

h) Pha chế: Chia trân châu thành 4 cốc, sau đó đổ $\frac{1}{4}$ cốc trà đã pha và 2 đến 3 thìa xi-rô đào lên trên mỗi cốc; trộn đều. Đổ $\frac{1}{4}$-$\frac{1}{2}$ cốc sữa không sữa lên trân châu, tùy thuộc vào độ sữa mà bạn thích trà. Khuấy đều và điều chỉnh bất kỳ hương vị nào cho vừa ăn.

i) Phục vụ & Bảo quản: Thưởng thức trân châu ngay lập tức! Có thể bảo quản thêm xi-rô đào hoặc trà cô đặc trong lọ kín trong tủ lạnh tối đa 7 ngày.

11. Chè Ube Trân Châu Dừa

Làm cho: 8 - 10

THÀNH PHẦN:
CƠ SỞ UBE
- 226 g ube đông lạnh, ½ gói đã rã đông, ube đông lạnh
- 1 cốc nước cốt dừa
- ½ chén đường
- 1 muỗng canh chiết xuất vani
- 1 muỗng canh chiết xuất ube
- ½ - 1 cốc sữa hoặc sữa cô đặc

TRÀ UBE BOBA
- ½ chén trân châu khoai mì nấu nhanh hoặc trân châu khoai mì tự làm
- ½ chén nền ube
- 2 ly sữa ướp lạnh
- Một vài viên đá
- Em yêu

HƯỚNG DẪN:
CƠ SỞ UBE
a) Cho tất cả nguyên liệu, ngoại trừ chiết xuất ube và sữa cô đặc, vào nồi.
b) Nấu hỗn hợp trong khi khuấy thường xuyên và đun sôi.
c) Tiếp tục khuấy thường xuyên hơn trong khi nấu, cho đến khi hỗn hợp đặc lại.
d) Khuấy chiết xuất ube vào thời điểm này.
e) Thêm khoảng ½ cốc sữa cô đặc để có được hỗn hợp đặc nhưng có thể đổ được.
f) Thêm nhiều hơn nếu cần thiết. Đun nóng trong 1 – 2 phút.
g) Đặt đế ube vào lọ và bảo quản trong tủ lạnh tối đa 4 - 5 ngày.

TRÀ UBE BOBA

a) Đầu tiên, nấu trân châu bột sắn theo hướng dẫn trên bao bì. Ngâm trân châu trân châu đã nấu chín trong nước lạnh cho đến khi bạn chuẩn bị đồ uống. Ngoài ra, trộn những viên trân châu đã ráo nước với một ít mật ong để chúng không bị dính vào nhau.

b) Cho phần đế ube vào máy xay cùng với đá và sữa. Xay cho đến khi hỗn hợp mịn và lớp nền đã trộn đều.

c) Thêm mật ong nếu bạn thích uống ngọt hơn.

d) Chia trân châu bột sắn vào hai ly.

e) Đổ sữa ube vào hai ly và dùng với ống hút boba.

12. Boba bơ

Làm: 2 ly

THÀNH PHẦN:
- 125 g trân châu bột sắn, chưa nấu chín
- 30 g đường nâu
- 1 quả bơ lớn
- 400 g sữa
- 30 g sữa đặc
- 200 g đá

HƯỚNG DẪN:
a) Trong một nồi vừa, đun sôi 6 cốc nước. Sau khi đun sôi, đổ trân châu bột sắn vào. Khuấy ngay để tránh vón cục dưới đáy nồi.
b) Đun sôi không đậy nắp trong 15 phút, thỉnh thoảng khuấy. Lấy ra khỏi nhiệt, đậy nắp và để yên trong 15 phút nữa.
c) Để ráo nước và chuyển trân châu khoai mì đã nấu chín vào một cái bát nhỏ. Thêm đường nâu khi trân châu vẫn còn ấm và khuấy đều để đường tan thành xi-rô. Thêm một thìa nước nếu quá khô. Để qua một bên.
d) Trong máy xay sinh tố, thêm thịt bơ, sữa, sữa đặc và đá. Trộn cho đến khi mịn và kem.
e) Trong một chiếc ly cao, cho khoảng 100g trân châu bột sắn với xi-rô đường nâu vào. Đổ sinh tố bơ vào phần còn lại của ly. Khuấy đều trước khi thưởng thức bằng ống hút trân châu lớn.

13. Chè Dừa Trân Châu

Làm cho: 4 phần ăn

THÀNH PHẦN:
- 2 tách trà đen đã pha
- ⅔ cốc nước cốt dừa đóng hộp
- 1 muỗng cà phê chiết xuất vani

CHUẨN BỊ BỘT SẮN:
- ¾ chén trân châu bột sắn đen
- 3 thìa mật ong

HƯỚNG DẪN:

a) Nấu bột sắn: Nấu trân châu bột sắn theo hướng dẫn trên bao bì.

b) Sau khi nấu, để bột sắn ngâm trong nước lạnh nửa phút.

c) Để ráo nước, sau đó khuấy bột sắn với mật ong cho đến khi phủ đều. Để qua một bên.

d) Pha đồ uống: Khuấy trà đen đã pha, nước cốt dừa và chiết xuất vani cho đến khi trộn đều.

e) Khuấy hỗn hợp bột sắn-mật ong và điều chỉnh mật ong cho độ ngọt mong muốn. Phục vụ ướp lạnh với đá.

14. Trà Trân Châu Chanh Dây

Làm cho: 4 phần ăn

THÀNH PHẦN:
- 1 lít nước
- 4 túi trà xanh
- 120 g trân châu đen
- 40 mL Xi-rô cây phong
- 8 Chanh Dây
- 240 mL nước cốt dừa

HƯỚNG DẪN:
a) Đun sôi nước, đổ vào bát và thêm túi trà xanh.
b) Để chúng ngâm trong 5 phút, sau đó loại bỏ chúng.
c) Để trà xanh nguội hoàn toàn trong tủ lạnh.
d) Trong khi đó, đun sôi một nồi nước và thêm trân châu bột sắn.
e) Ngay khi chúng nổi lên trên mặt nước, hãy đậy nắp nồi và nấu trong 3 phút.
f) Sau đó, tắt bếp và để trân châu trong nồi thêm 3 phút nữa.
g) Bây giờ, để ráo nước nấu ăn và thêm trân châu vào một cái bát chứa đầy nước lạnh.
h) Để chúng nguội trong 20 giây và xả nước một lần nữa.
i) Trộn các viên bột sắn với xi-rô cây phong.
j) Múc cùi chanh dây vào rây mịn rồi lọc lấy nước cốt cho vào bát.
k) Để pha trà trân châu, chia các viên bột sắn dây vào các ly cao rồi rót nước cốt chanh dây và trà xanh lạnh vào.

15. Trà trân châu dứa gừng

làm cho: 3

THÀNH PHẦN:
- $\frac{3}{4}$ chén trân châu bột sắn đen
- $\frac{1}{2}$ chén đường nâu đóng gói chắc chắn
- $\frac{1}{2}$ chén đường trắng.
- 2 muỗng canh trà đen hoặc 2 túi trà
- 2 muỗng canh gừng nạo
- $13\frac{1}{2}$ ounce lon nước cốt dừa
- 1 chén dứa xắt nhỏ

HƯỚNG DẪN:
a) Đun sôi 5 cốc nước và bột sắn dây.
b) Đun trong 15 phút, cho đến khi bong bóng mềm và mềm.
c) Để trong chất lỏng nấu ăn trong 5 phút.
d) Trong khi đó, hãy làm xi-rô đơn giản.
e) Kết hợp đường nâu, đường trắng và 2 cốc nước trong nồi.
f) Đun sôi. Đun sôi trong khoảng 15 phút, cho đến khi xi-rô sánh đặc. Để lại mat.
g) Lọc bột sắn và thêm bột sắn vào xi-rô đơn giản. Để yên trong 30 phút.
h) Trong một cái chảo nhỏ, kết hợp trà, gừng và $\frac{3}{4}$ cốc nước. Đun sôi. Đun sôi trong 3 phút. Để yên trong 5 phút.
i) Lọc trà và thêm 5 viên đá.
j) Trong máy xay sinh tố, kết hợp trà và đá, nước cốt dừa và dứa. Trộn cho đến khi dày và sủi bọt.
k) Chia đều bột sắn và xi-rô đơn giản giữa 3 ly.
l) Rót đều hỗn hợp dứa-dừa vào 3 ly.
m) Lắc đều và phục vụ.

16. Chè Dừa Vải Boba

Làm cho: 2 phần ăn

THÀNH PHẦN:
- 1 chén đường nâu nhạt
- 1 chén đường trắng
- 2 chén trân châu bột sắn

CHO MỖI TRÀ BOBA:
- ½ chén trân châu bột sắn ướp lạnh
- 1 cốc đá xay
- 8 ounce trà vải đã pha, ướp lạnh
- 1 chén hạt vải đóng hộp trong xi-rô
- ¾ chén nước cốt dừa
- ¼ cốc sữa
- 1-2 muỗng cà phê nước cốt chanh tươi

HƯỚNG DẪN:

a) Trong một cái chảo, kết hợp đường với 2 cốc nước. Đun sôi sau đó tắt lửa. Trong một cái nồi, đun sôi 4 lít nước. Thêm khoai mì và nấu cho đến khi mềm, khoảng 8 phút nếu đun sôi. Làm khô hạn. Trộn trân châu với hỗn hợp đường và để nguội.

b) Để làm đồ uống, hãy múc những viên ngọc trai vào một chiếc ly lớn. Trong máy xay sinh tố, xay nhuyễn đá, trà, vải nước cốt dừa, sữa và nước cốt chanh. Khi đã mịn và sủi bọt đổ trân châu lên trên và cắm chúng vào ống hút.

17. Thạch trân châu lựu thạch chanh

Làm cho: 1 cốc

THÀNH PHẦN:
- 1 túi trà xanh
- 250ml nước nóng
- 1 quả chanh, vắt lấy nước
- 2 muỗng canh mật ong
- Trái thạch lựu
- thạch chanh
- Khối nước đá

HƯỚNG DẪN:
a) Ngâm túi trà xanh trong nước nóng trong 15 phút, sau đó cho nước cốt chanh và mật ong vào khuấy đều.
b) Hãy để cơ sở trà của bạn mát mẻ.
c) Trong một ly riêng, cho trái cây tươi, đá viên và thạch chanh đã chuẩn bị vào.
d) Rót trà của bạn lên lớp trên bề mặt và thưởng thức!

18. Lychee-vani dừa mát lạnh

Làm cho: 2 phần ăn

THÀNH PHẦN:
- 10-12 quả vải tươi, bóc vỏ
- 2 chén nước cốt dừa
- 1 1/4 cốc sữa hạnh nhân hoặc sữa gai dầu
- chút muối
- 1 inch đậu vani, nạo
- 1/2 đến 3/4 cốc trân châu bột sắn đen

HƯỚNG DẪN:
a) Đun sôi bốn cốc nước trong một cái chảo nhỏ. Cho trân châu bột năng vào đun khoảng 3 phút. Giảm nhiệt xuống mức trung bình, đậy nắp và đun nhỏ lửa thêm 5 phút nữa. Lấy ra khỏi nước và đặt vào một thùng chứa. Đậy nắp bằng nước ngọt và đậy nắp lại và cho vào tủ lạnh cho đến khi bạn sẵn sàng sử dụng.

b) Kết hợp tất cả các thành phần khác trong máy xay sinh tố và xay nhuyễn cho đến khi mịn. Chuyển sang hộp đựng và cho vào tủ lạnh để làm lạnh.

c) Khoảng một giờ trước khi phục vụ, đặt nó trong tủ đá. Thêm một ít trân châu khoai mì vào ngăn mát trước khi ăn.

19. Trà trân châu Matcha Yuzu với trân châu nâu

THÀNH PHẦN:
- Ngọc trai khoai mì nâu
- 1 muỗng cà phê bột Matcha
- 3/4 muỗng cà phê hỗn hợp trái cây Yuzu
- Đá viên - 1/4 ly
- Ống hút trà sữa trân châu (shop Ống hút)
- Lựa chọn chất làm ngọt của bạn nếu cần

HƯỚNG DẪN:
a) Cho một muỗng trân châu vào 4 cốc (1 lít) nước sôi trong nồi vừa.
b) Khuấy nhẹ, sau đó nấu trong 2 phút ở nhiệt độ cao và đậy nắp.
c) Giảm nhiệt xuống thấp. Đậy nắp nấu thêm 18-20 phút nữa, thỉnh thoảng khuấy.
d) Loại bỏ một viên ngọc trai và rửa sạch dưới nước lạnh:
e) Đồ uống lạnh - trân châu nên dai nhưng mềm hết cỡ.
f) Tắt lửa và để trân châu trong nồi có nắp đậy thêm 5 phút nữa.
g) Đổ 3/4 ly nước lạnh vào bình lắc/hộp kín.
h) Thêm hỗn hợp trái cây yuzu và bột matcha (nếu bạn có rây mịn, hãy rây matcha trước để loại bỏ vón cục).
i) Sử dụng số lượng được liệt kê ở trên như một hướng dẫn dựa trên sở thích hương vị của bạn.
j) Lắc mạnh trong 15 giây.

LẮP RÁP TRÀ BONG BÓNG CỦA BẠN!
a) Xả ngọc trai và rửa sạch dưới vòi nước chảy.
b) Cho trân châu đã nấu chín và 1/4 ly đá vào ly phục vụ. Đổ trà matcha yuzu của bạn vào.

c) Trộn với ống hút của bạn trước khi uống. Nếu cần thêm chất làm ngọt để hương vị.

20. Chè chuối dứa

LÀM 2L

THÀNH PHẦN:
Đối với bong bóng khoai mì ngọt
- 250 ml trân châu bột sắn/
- 250ml đường trắng
- 250 ml đường nâu hoặc mật ong

cho trà
- 1 quả chuối, bóc vỏ và xắt nhỏ
- 1 quả dúa, gọt vỏ và thái nhỏ
- 125ml sữa
- 80 ml bột sắn nấu chín, ướp lạnh

HƯỚNG DẪN:
Đối với bong bóng khoai mì ngọt
a) Bọc bột sắn với nước và ngâm trong 2 giờ.
b) Đun sôi 1,75L nước. Thêm bột sắn và khuấy đều.
c) Khi trân châu nổi lên, đậy nắp và đun sôi trong 30 phút, cứ 10 phút lại khuấy một lần. Tắt bếp rồi rửa sạch.
d) Kết hợp đường trắng và nâu hoặc mật ong với 500 ml nước trong nồi. Đun sôi, sau đó loại bỏ nhiệt. Để nguội.
e) Đậy khoai mì bằng xi-rô đường. Ngâm trong 15 phút, sau đó lọc.

cho trà
f) 1. Cho trái cây, sữa và đá với lượng bằng nhau vào máy xay sinh tố. Blitz cho đến khi độ đặc của sữa chua.
g) 2. Để phục vụ, đổ đầy một phần ba ly bằng trân châu khoai mì ướp lạnh và cho hỗn hợp trái cây lên trên.

21. Trà trân châu xoài dâu tây

Làm cho: 2

THÀNH PHẦN:
- 1/2 chén trân châu boba
- một rắc đường nâu
- 1 chén dâu tây đông lạnh
- 1 chén xoài đông lạnh
- 1 cốc sữa hạnh nhân (hoặc sữa bạn chọn!)

HƯỚNG DẪN:
a) Đun sôi 2 cốc nước trong nồi vừa. Khuấy nước bằng thìa trong khi nước sôi và thêm trân châu vào.
b) Nấu 5-10 phút, thỉnh thoảng khuấy.
c) Vớt trân châu ra bát, rắc đường nâu khi còn nóng và để sang một bên.
d) Xay dâu tây, xoài và sữa hạnh nhân trong máy xay thực phẩm hoặc máy xay sinh tố.
e) Múc một nửa số trân châu vào ly và cho phần sinh tố lên trên. Và tận hưởng!!

22. Trà xoài trân châu

Làm cho: 2

THÀNH PHẦN:
SYRUP ĐƠN GIẢN
- 1 chén đường
- 1 ly nước
- 1 muỗng cà phê chiết xuất vani tùy chọn

BOBA
- 10 cốc nước
- 1 chén trân châu trân châu trân châu khô nấu nhanh (loại 5 phút)

TRÀ BOBA
- đá bào
- 1 1/2 tách trà đen đã pha
- 1 1/2 chén mật hoa xoài
- 1/4 chén kem nhẹ nửa rưỡi

HƯỚNG DẪN:

a) Làm xi-rô đơn giản: Kết hợp nước và đường trong một bát vừa an toàn với lò vi sóng. Làm nóng trong lò vi sóng trong 2 phút ở công suất 100%. Khuấy cho đến khi đường tan. Nếu vẫn còn hạt, đun ở công suất tối đa trong khoảng thời gian 1 phút sau đó cho đến khi đường tan chảy. Thêm chiết xuất vani nếu sử dụng. Chuyển bát vào tủ lạnh để làm mát. Nếu bạn không có lò vi sóng, xi-rô đơn giản có thể được làm trong một cái chảo trên bếp.

b) Nấu trân châu: Đun sôi nước trong nồi lớn trên lửa lớn. Thêm trân châu và nấu trong 7 phút, khuấy nhẹ cho đến khi trân châu nổi lên mặt nước. Đậy nắp nồi và nấu thêm 3 phút nữa. Lấy nồi ra khỏi bếp và để yên trong 5 phút. Xả boba bằng một cái chao và rửa chúng trong nước mát trong 20 giây.

c) Lấy xi-rô đơn giản ra khỏi tủ lạnh và chuyển trân châu sang xi-rô đơn giản.

d) Để yên cho đến khi nguội hoàn toàn, khoảng 1 giờ.

e) Pha trà trân châu: Cho ít hoặc nhiều trân châu tùy thích vào đáy hai ly 16 ounce. Thêm một nắm đá nghiền vào mỗi ly.

f) Rót trà lên đá vụn cho đến khi ngập đến nửa ly.

g) Rưới mật hoa xoài lên trên và hai muỗng canh kem nhẹ.

h) Phục vụ ngay với ống hút trà bong bóng hoặc bằng thìa.

23. Trà đá trân châu dâu tây

Làm cho: 1

THÀNH PHẦN:
- 2 muỗng canh trân châu chanh dây
- 1 muỗng canh dâu nghiền
- 1 tách trà đen
- 1 muỗng canh mật ong
- 5 viên đá
- 4 lá bạc hà

HƯỚNG DẪN:
a) Cho trân châu chanh dây vào ly
b) Thêm dâu tây nghiền (vừa cắt nhỏ và dùng thìa nghiền nát)
c) Pha trà đen với mật ong theo khẩu vị và để sẵn trong tủ lạnh
d) thêm đá viên
e) Rót trà đen và lá bạc hà tươi vào, khuấy đều và làm dịu cơn khát của bạn.

24. Lychee boba nước dưa hấu

Làm cho: 4 phần ăn

THÀNH PHẦN:
- 2 cốc nước ép dưa hấu
- 2 muỗng canh trân châu vải nấu chín
- 1/2lit Sprite
- khi cần Đá viên
- theo khẩu vị Đường xi-rô

HƯỚNG DẪN:
a) Trong ly cao thêm trân châu, si-rô đường đá viên, nước ép dưa hấu 1/2 ly
b) Và sprite trộn đều tất cả và thưởng thức.

25. Trà trân châu bí đao mùa đông

Làm cho: 2 phần ăn

THÀNH PHẦN:
- 1 lon nước bầu lạnh để tủ lạnh
- 1/2 chén nước, pha loãng bí đao
- 1-3 viên đá

NẤU CHÈ SÀI GÒN:
- 2 nắm ngọc trai bột sắn
- 1-2 chén nước, nấu trân châu
- 1 muỗng cà phê đường cát

TRÊN:
- Một ít trân châu khoai mì nấu chín, mỗi khẩu phần

HƯỚNG DẪN:

a) Để làm trân châu bột sắn, thêm nước vào một cái chảo nhỏ. Đun sôi nước trên lửa vừa. Cho một nắm trân châu bột năng và đường vào, thỉnh thoảng khuấy đều và nấu trân châu trong 5 phút (hoặc tùy theo bao bì).

b) Khi trân châu đã chín, vớt ra để ráo nước và ngay lập tức ngâm dưới vòi nước lạnh. Chạy nó dưới nước lạnh một vài lần. Xả nước thừa ra khỏi ngọc trai, chuyển vào một bát nhỏ chứa đầy nước và đặt sang một bên.

c) Cho vài viên đá vào một chiếc bình đong (thêm nhiều đá viên hơn nếu bạn thích uống lạnh hơn) và đổ lon nước bầu mùa đông vào. Thêm nước để pha loãng.

d) Khuấy để trà trở nên nguội. Khi trà đủ lạnh theo ý thích của bạn, trong một chiếc cốc cao lớn hoặc cốc cao ở đáy, dùng thìa thêm một ít trân châu bột sắn.

e) Đổ trà bí đao vào ly hoặc cốc và khuấy đều hỗn hợp.

f) Đặt một ống hút trà bong bóng vào và thưởng thức.

BÁNH QUY, KEM VÀ KẸO BOBA

26. Kem trà trân châu

Làm cho: 1 đồ uống

THÀNH PHẦN:
- 1 $\frac{1}{2}$ chén bánh quy và kem kem
- $\frac{1}{2}$ cốc sữa
- $\frac{1}{4}$ chén trân châu nấu chín

HƯỚNG DẪN:
a) Nghiền kem và sữa trong máy xay sinh tố cho đến khi mịn.
b) Cho trân châu đã nấu chín vào ly và đổ sữa lắc lên trên.

27. Oreo trân châu

Làm cho: 2

THÀNH PHẦN:
- 1 tách trà đen hoặc xanh
- ½ chén trân châu khoai mì nấu nhanh
- 1 muỗng canh đường trắng
- 1 cốc sữa yến mạch không đường
- 4 bánh quy Oreo
- 1 nắm đá viên để phục vụ

HƯỚNG DẪN:
a) Cho 1 túi trà hoặc 2 thìa cà phê lá trà vào 1 cốc nước đun sôi.
b) Ngâm trong 5 phút và để nguội hoàn toàn.
c) Trong khi chờ đợi, nghiền nát Oreos trong máy xay sinh tố, túi ziplock hoặc trên thớt. Để qua một bên.
d) Thêm trân châu khoai mì vào chảo đầy nước sôi.
e) Đun nhỏ lửa trong 5-6 phút.
f) Dự trữ 3 muỗng canh nước sôi. Sau đó loại bỏ ngọc trai khỏi nhiệt và căng thẳng.
g) Đậy nắp với nước & đường dành riêng. Khuấy đều & đặt sang một bên.
h) Để phục vụ, hãy thêm những viên bột sắn vào một ly lớn. Sau đó đổ đầy ly bằng đá viên.
i) Thêm trà nguội. Trộn Oreos đã nghiền với sữa và thêm hỗn hợp vào ly phục vụ của bạn.
j) Khuấy đều và điều chỉnh theo khẩu vị.
k) Thêm lớp phủ tùy chọn như kem đánh bông, bánh Oreos nghiền nhỏ hơn hoặc sốt sô cô la.

28. Bánh sinh nhật trà trân châu

Làm cho: 1

THÀNH PHẦN:
- 1/4 chén bột bánh vàng
- 1/4 cốc nửa rưỡi không béo
- 1/2 tách trà
- 1/2 cốc sữa
- 2 -4 thìa bột sắn đã chuẩn bị sẵn
- 1 -2 muỗng cà phê xi-rô đường
- 2 muỗng cà phê rắc kẹo
- 1/4 muỗng cà phê hạt nhục đậu khấu
- 1 giọt màu thực phẩm vàng
- 1 muỗng cà phê chiết xuất vani
- 1 muỗng cà phê xi-rô vani không đường
- đá

HƯỚNG DẪN:
a) Thêm tất cả mọi thứ trừ bột sắn và đá vào bình lắc cocktail của bạn, đậy kín và lắc trong 10 giây.
b) Đặt bột sắn dưới đáy ly cao, đổ hỗn hợp đã lắc lên trân châu và dùng với ống hút Boba Tea và lượng đá tùy thích.

29. Trà sữa trân châu

Làm cho: 1

THÀNH PHẦN:
- 1 chai Trà Trân Châu Trân Châu, ướp lạnh
- 1 muỗng cà phê allulose
- 1 muỗng kem vani nhẹ
- 1 ounce soda câu lạc bộ, ướp lạnh

HƯỚNG DẪN:
a) Lắc trà Boba và rót vào ly cao.
b) Thêm allulose và khuấy đều.
c) Thêm kem.
d) Đổ soda câu lạc bộ lên trên kem. Thưởng thức!

30. Kẹo thỏ trắng Boba

Làm cho: 1 cốc

THÀNH PHẦN:
- 1 túi trà đen
- 150ml nước nóng
- 1 muỗng canh đường trắng
- 220ml sữa tươi
- 6 viên kẹo thỏ trắng
- Khối nước đá
- Trân châu khoai mì nấu chín

HƯỚNG DẪN:

a) Cho túi trà đen và đường vào ly và ngâm trong nước nóng 15 phút.

b) Trong khi chờ đợi, bạn cẩn thận cắt kẹo thỏ trắng thành từng miếng nhỏ để kẹo dễ tan hơn.

c) Đun nóng sữa trong nồi và thêm các miếng kẹo đã cắt nhỏ vào đồng thời khuấy liên tục để kết hợp thành một chất lỏng mịn. Để nguội hỗn hợp kẹo thỏ trắng của bạn.

d) Cho bột sắn dây vào ly trong suốt trước khi thêm đá.

e) Đổ trà đen vào, tiếp đến là hỗn hợp kẹo thỏ trắng, khuấy đều và thưởng thức!

31. Trà Sữa Nutella

THÀNH PHẦN:

- 3 túi trà tùy chọn
- 1 ly nước
- 2 muỗng canh nước nóng
- 2 muỗng cà phê kem cà phê
- Nutella, bao nhiêu tùy thích
- Khối nước đá

HƯỚNG DẪN:

a) Ngâm túi trà trong một cốc nước trong 3 phút và để nó trong tủ lạnh và làm lạnh.
b) Thêm 3 muỗng canh kem sữa bất kỳ và đổ nước vào tô. Khuấy và thêm một thìa Nutella khổng lồ và kết hợp tất cả chúng lại với nhau.
c) Đổ hỗn hợp này vào bình lắc cocktail.
d) Nếu bạn không có, chỉ cần sử dụng một cái chai cũ tốt. Thêm đá và bạn đã hoàn thành!

32. Ghirardelli Dark Wafers Boba

Làm cho: 1 cốc

THÀNH PHẦN:
- 1 túi trà đen
- 150ml nước nóng
- 1 muỗng canh đường trắng
- 220ml sữa tươi
- 6 Bánh xốp tan chảy đen Ghirardelli, xắt nhỏ
- Khối nước đá
- Trân châu khoai mì nấu chín

HƯỚNG DẪN:
a) Cho túi trà đen và đường vào ly và ngâm trong nước nóng 15 phút.
b) Trong khi chờ đợi, hãy cẩn thận cắt bánh xốp thành những miếng nhỏ để chúng dễ tan chảy hơn.
c) Đun nóng sữa trong nồi và thêm Bánh xốp Ghirardelli Dark Melting đã cắt nhỏ vào đồng thời khuấy liên tục để kết hợp thành một chất lỏng mịn.
d) Cho bột sắn dây vào ly trong suốt trước khi thêm đá.
e) Đổ trà đen vào, tiếp theo là hỗn hợp bánh wafer trắng, khuấy đều và thưởng thức!

33. Hershey hôn kẹo Boba

Làm cho: 1 cốc

THÀNH PHẦN:
- 1 túi trà đen
- 150ml nước nóng
- 1 muỗng canh đường trắng
- 220ml sữa tươi
- 6 nụ hôn của Hershey
- Khối nước đá
- Trân châu khoai mì nấu chín

HƯỚNG DẪN:
a) Cho túi trà đen và đường vào ly và ngâm trong nước nóng 15 phút.
b) Trong khi chờ đợi, hãy cẩn thận cắt kẹo Hershey Kisses thành những miếng nhỏ để chúng dễ tan chảy hơn.
c) Đun nóng sữa trong nồi và thêm các miếng kẹo đã cắt nhỏ vào đồng thời khuấy liên tục để kết hợp thành một chất lỏng mịn. Để nguội.
d) Cho bột sắn dây vào ly trong suốt trước khi thêm đá.
e) Đổ trà đen vào, tiếp theo là hỗn hợp kẹo Hershey Kisses rồi khuấy đều và thưởng thức!

34. Kẹo thạch cam Boba

Làm cho: 1 cốc

THÀNH PHẦN:
- 1 túi trà đen
- 150ml nước nóng
- 1 muỗng canh đường trắng
- 220ml sữa tươi
- 6 viên kẹo thạch màu cam
- Khối nước đá
- Trân châu khoai mì nấu chín

HƯỚNG DẪN:
a) Cho túi trà đen và đường vào ly và ngâm trong nước nóng 15 phút.
b) Trong khi chờ đợi, bạn cẩn thận cắt kẹo thạch Cam thành từng miếng nhỏ để kẹo dễ tan hơn.
c) Đun nóng sữa trong nồi và thêm các miếng kẹo đã cắt nhỏ vào đồng thời khuấy liên tục để kết hợp thành một chất lỏng mịn. Để hỗn hợp kẹo thạch màu cam của bạn nguội.
d) Cho bột sắn dây vào ly trong suốt trước khi thêm đá.
e) Rót trà đen vào, tiếp theo cho hỗn hợp kẹo thạch cam vào khuấy đều và thưởng thức!

35. Botan Keo gao Boba

Làm cho: 1 cốc

THÀNH PHẦN:
- 1 túi trà đen
- 150ml nước nóng
- 1 muỗng canh đường trắng
- 220ml sữa tươi
- 6 Kẹo gạo Botan
- Khối nước đá
- Trân châu khoai mì nấu chín

HƯỚNG DẪN:
a) Cho túi trà đen và đường vào ly và ngâm trong nước nóng 15 phút.
b) Trong khi chờ đợi, cẩn thận cắt kẹo Botan Rice thành những miếng nhỏ để chúng dễ tan chảy hơn.
c) Đun nóng sữa trong nồi và thêm các miếng kẹo đã cắt nhỏ vào đồng thời khuấy liên tục để kết hợp thành một chất lỏng mịn. Để hỗn hợp kẹo gạo Botan của bạn nguội.
d) Cho bột sắn dây vào ly trong suốt trước khi thêm đá.
e) Đổ trà đen vào, sau đó cho hỗn hợp kẹo gạo Botan vào khuấy đều và thưởng thức!

36. toblerone Boba

Làm cho: 1 cốc

THÀNH PHẦN:
- 1 túi trà đen
- 150ml nước nóng
- 1 muỗng canh đường trắng
- 220ml sữa tươi
- 1 thanh Toblerone, xắt nhỏ
- Khối nước đá
- Trân châu khoai mì nấu chín

HƯỚNG DẪN:
a) Cho túi trà đen và đường vào ly và ngâm trong nước nóng 15 phút.
b) Trong khi chờ đợi, hãy cẩn thận cắt Toblerone thành từng miếng nhỏ để chúng dễ tan chảy hơn.
c) Đun nóng sữa trong nồi và thêm các miếng kẹo đã cắt nhỏ vào đồng thời khuấy liên tục để kết hợp thành một chất lỏng mịn. Để hỗn hợp Toblerone của bạn nguội.
d) Cho bột sắn dây vào ly trong suốt trước khi thêm đá.
e) Đổ trà đen vào, tiếp theo là hỗn hợp Toblerone, khuấy đều và thưởng thức!

37. kẹo M&M Boba

Làm cho: 1 cốc

THÀNH PHẦN:
- 1 túi trà đen
- 150ml nước nóng
- 1 muỗng canh đường trắng
- 220ml sữa tươi
- kẹo M&M
- Khối nước đá
- Trân châu khoai mì nấu chín

HƯỚNG DẪN:
a) Cho túi trà đen và đường vào ly và ngâm trong nước nóng 15 phút.
b) Đun nóng sữa trong nồi và thêm các miếng kẹo vào đồng thời khuấy liên tục để kết hợp thành một chất lỏng mịn. Để hỗn hợp M&M của bạn nguội.
c) Cho bột sắn dây vào ly trong suốt trước khi thêm đá.
d) Đổ trà đen vào, tiếp theo là hỗn hợp M&M rồi khuấy đều và thưởng thức!

HOA BOBA

38. Trà Khoai Môn Trân Châu

Làm cho: 1 cốc

THÀNH PHẦN:
BOBA
- ½ chén trân châu bột sắn đen chưa nấu chín
- 6 cốc nước
- ⅓ chén đường mía
- ⅓ cốc nước

TRÀ HOA NHÀI
- 1 ½ chén nước lọc
- 1 muỗng canh trà xanh hoa nhài

KHOAI TÂY TRỘN
- 3 muỗng canh bột khoai môn thân thiện với người ăn chay
- 1 cốc nước cốt dừa béo
- ½ cốc nước
- 3-4 muỗng canh xi-rô đơn giản
- ¼ muỗng cà phê muối biển
- Đá để phục vụ tùy chọn

HƯỚNG DẪN:
BOBA
a) Đun sôi nước cho trân châu bột sắn dây trong một cái nồi lớn vừa. Sau khi đun sôi, thêm trân châu bột sắn vào và hạ nhiệt xuống mức trung bình.

b) Đun nhỏ lửa trong 15-30 phút, thỉnh thoảng khuấy để chống dính.

c) Thời gian nấu sẽ phụ thuộc vào ngọc trai cụ thể của bạn.

d) Trong khi chờ đợi, chuẩn bị xi-rô đơn giản. Thêm đường mía và nước vào một cái chảo nhỏ và đánh đều với nhau.

e) Đun nhỏ lửa trong khoảng 3-5 phút hoặc cho đến khi đường tan hoàn toàn.

f) Tắt bếp và để dành ¼ cốc, sau đó cho phần còn lại vào một bát trộn vừa.

g) Lọc trân châu khoai mì qua lưới lọc mịn, rửa nhẹ. Chuyển trân châu vào bát trộn với xi-rô đơn giản và khuấy để kết hợp. Đặt sang một bên trong ~ 30-40 phút để ngâm.

TRÀ HOA NHÀI

a) Trong khi ngâm trân châu bột sắn dây, bạn cho nước chè đun sôi rồi để nguội vài phút.

b) Pha trà hoa nhài trong 2-3 phút, sau đó vớt lá trà ra và để trà nguội xuống nhiệt độ phòng.

TRÀ BOBA KHOAI TÂY

a) Khi trân châu bột sắn và trà hoa nhài đã sẵn sàng, thêm trà hoa nhài, bột khoai môn, nước cốt dừa, nước, 3 thìa xi-rô đơn giản và muối vào máy xay sinh tố. Trộn trong 30-60 giây hoặc cho đến khi mịn. Nếm và điều chỉnh đường mía theo ý thích của bạn.

b) Dùng thìa có rãnh, chuyển 3-4 thìa trân châu bột sắn vào ly hoặc cốc. Đổ đá vào đầy ½ - ¾ cốc, sau đó đổ hỗn hợp khoai môn vào phần còn lại.

39. Trà Sữa Oải Hương

Làm: 3 ly

THÀNH PHẦN:
- 3 túi trà Earl Grey
- ½ chén trân châu bột sắn
- 2 muỗng canh đường nâu
- 1 muỗng canh hoa oải hương khô
- ½ cốc sữa hạnh nhân
- 1 cốc nước đá

HƯỚNG DẪN:
a) Đun nhỏ lửa 2 cốc nước và bắc ra khỏi bếp.
b) Cho những bông hoa oải hương đã rời vào máy pha trà và đặt vào nước nóng cùng với túi trà, ngâm trong 5 phút.
c) Lấy túi trà và dụng cụ pha trà ra và để trà ở nhiệt độ phòng.
d) Trong khi trà đang nguội, đun sôi một nồi nước nhỏ, thêm trân châu bột sắn dây rồi hạ nhỏ lửa đun trong vòng 5-6 phút.
e) Lọc trân châu, cho vào một cái bát nhỏ và khuấy qua đường nâu. Đặt sang một bên và làm mát hoàn toàn.
f) Chia đều trân châu bột sắn ngâm và xi-rô giữa hai ly.
g) Chia đá giữa các ly và phủ trà đã ngâm lên trên và kết thúc bằng sữa hạnh nhân.
h) Khuấy và phục vụ ngay lập tức.

40. Trà hoa hồng trân châu

Làm cho: 1 cốc

THÀNH PHẦN:
- 2 Tablespoons xi-rô hoa hồng
- 2 muỗng cà phê trà ô long
- 400ml sữa
- 3 Tables trân châu trân châu hoặc bột sắn
- 3 muỗng canh đường

HƯỚNG DẪN:
a) Đun sôi 2 cốc nước trong nồi nhỏ. Thêm trân châu bột sắn và 3 thìa đường. Hãy để họ ngồi trong 5 phút.
b) Ngoài ra, cho đến khi trân châu bắt đầu nổi trên mặt nước. Đun sôi 2 cốc nước và thêm trà ô long của bạn với xi-rô hoa hồng. Ủ trong 3-5 phút. Đổ sữa vào và để yên một lúc.
c) Loại bỏ trà và thêm trân châu bột sắn. Cuối cùng, trang trí bằng cánh hoa hồng và dùng trà Boba nóng.

41. Trà trân châu hoa đậu biếc dừa

Làm cho: 5

THÀNH PHẦN:
SYRUP ĐƠN GIẢN
- 1 chén đường
- 1 ly nước
- 1 muỗng cà phê chiết xuất dừa

BOBA
- 10 cốc nước
- 1 gói 8,8 ounce trân châu trân châu bột sắn khô nấu nhanh loại 5 phút

TRÀ HOA ĐẬU BƯỚM
- 1 chén nụ hoa đậu bướm khô
- 2 cốc nước sôi

KEM DỪA NGỌT
- 1 lon nước cốt dừa, lắc đều
- ⅔ cốc sữa đặc có đường
- Đá bào để phục vụ

HƯỚNG DẪN:
SYRUP ĐƠN GIẢN
a) Làm xi-rô đơn giản: Kết hợp nước và đường trong một bát vừa an toàn với lò vi sóng. Làm nóng trong lò vi sóng trong 2 phút ở công suất 100%.

b) Khuấy cho đến khi đường tan. Nếu vẫn còn hạt, đun ở công suất tối đa trong khoảng thời gian 1 phút sau đó cho đến khi đường tan chảy. Khuấy trong chiết xuất dừa.

c) Chuyển bát vào tủ lạnh để làm mát. Nếu bạn không có lò vi sóng, xi-rô đơn giản có thể được làm trong một cái chảo trên bếp.

BOBA

a) Đun sôi nước trong một cái nồi lớn trên lửa lớn. Thêm trân châu và nấu trong 7 phút, khuấy nhẹ cho đến khi trân châu nổi lên mặt nước. Đậy nắp nồi và nấu thêm 3 phút nữa. Lấy nồi ra khỏi bếp và để yên trong 5 phút. Xả boba bằng một cái chao và rửa chúng trong nước mát trong 20 giây. Lấy xi-rô đơn giản ra khỏi tủ lạnh và chuyển trân châu sang xi-rô đơn giản. Để yên cho đến khi nguội hoàn toàn, khoảng 1 giờ. Hoặc, làm lạnh nhanh trong tủ lạnh, trong khoảng 30 phút.

TRÀ HOA ĐẬU BƯỚM

a) Đặt chồi vào một cái bát hoặc hộp thủy tinh lớn và đổ nước sôi lên trên. Khuấy các chồi xung quanh và sau đó để yên trong 10-15 phút. Khi chất lỏng có màu xanh sapphire đậm, dùng rây lọc bỏ búp trà và chuyển trà vào tủ lạnh để làm mát.

KEM DỪA NGỌT

a) Kết hợp nước cốt dừa và sữa đặc có đường trong một cốc thủy tinh lớn. Đánh cho đến khi mịn hoàn toàn.

TẬP HỢP

a) Đặt ít hoặc nhiều boba tùy thích vào đáy ly 12 ounce.
b) Đổ kem dừa ngọt khoảng ⅓ ly. Thêm đá bào và đổ đầy lên trên cùng.
c) Rót trà hoa đậu biếc lên đá cho đầy miệng ly. Phục vụ ngay bằng ống hút Boba Tea hoặc bằng thìa. Khuấy đều trước khi thưởng thức. Lắp ráp thêm kính khi cần thiết.
d) Bảo quản trà trân châu trong xi-rô trong tủ lạnh.
e) Ngoài ra, bảo quản kem dừa và hoa đậu biếc trong tủ lạnh cho đến khi sử dụng.

42. Latte trà hoa dâm bụt

Làm cho: 4

THÀNH PHẦN:

- 1 chén trân châu bột sắn
- 2 muỗng cà phê hoa dâm bụt khô, nghiền nát
- 1/4 muỗng cà phê nước hoa hồng
- Dâm bụt và cánh hoa hồng để trang trí
- $\frac{1}{4}$ chén nước đun sôi
- $\frac{3}{4}$ cốc sữa, có bọt
- 2 thìa cà phê mật ong

HƯỚNG DẪN:

a) Nấu bột sắn trong nước theo hướng dẫn trên bao bì hoặc cho đến khi mềm.
b) Rửa sạch dưới vòi nước lạnh, để ráo nước và dự trữ.
c) Lấy nước đến điểm sôi.
d) Đặt hoa dâm bụt khô vào giỏ lọc trà.
e) Ngâm trà khoảng 5 phút.
f) Tháo lưới lọc trà.
g) Trộn nước hoa hồng và chất làm ngọt vào trà.
h) Chia trân châu bột sắn và một ít đá viên vào các ly cao và đổ hỗn hợp lên trên.
i) Thêm sữa bọt ấm và trang trí.

43. Trà hoa nhài sữa hạnh nhân

Thực hiện: 8 phần ăn

THÀNH PHẦN:
- 1 chén trân châu bột sắn
- 8 túi trà hoa nhài
- Những lát chanh, để trang trí
- 1/4 chén mật ong
- 1/4 cốc kem nặng
- 1/4 cốc sữa hạnh nhân không đường

HƯỚNG DẪN:
a) Nấu bột sắn trong nước theo hướng dẫn trên bao bì hoặc cho đến khi mềm.
b) Rửa sạch dưới vòi nước lạnh, để ráo nước và dự trữ.
c) Đun sôi 6 cốc nước và cho vào túi trà.
d) Tắt lửa và để trà ngấm trong khoảng năm phút.
e) Chia trân châu bột sắn và một ít đá viên vào các ly cao và đổ hỗn hợp lên trên.
f) Cho mật ong, kem nặng và sữa hạnh nhân vào.
g) Trang trí với lát chanh.

TRÀ THẢO DƯỢC

44. Trà bạc hà B

Làm cho: 1 cốc

THÀNH PHẦN:
- 2 muỗng cà phê hương vị lá trà bạn chọn
- 16 ounce nước
- 5-6 ounce ngọc trai bột sắn đã nấu chín
- 2-3 muỗng canh hương liệu xi-rô bạc hà
- 4-6 thìa hỗn hợp bột trà sữa
- Băng khi cần thiết.

HƯỚNG DẪN:
a) Pha trà của bạn.
b) Đặt 5 đến 6 ounce ngọc trai bột sắn đã nấu chín vào đáy cốc.
c) Thêm 2 đến 3 muỗng canh hương vị xi-rô bạc hà vào thức uống.
d) Rót trà cùng với sữa vào cốc và lắc hoặc trộn đều.
e) Thêm 4 đến 6 thìa hỗn hợp bột trà sữa.
f) Thêm đá khi cần thiết.

45. Slushie dưa hấu bạc hà

Làm cho: 2 phần ăn

THÀNH PHẦN:
- 16 ounces trà dưa hấu bạc hà tươi ủ lạnh
- $\frac{1}{4}$ chén trân châu bột sắn đen
- 2 cốc nước
- $\frac{1}{4}$ cốc mật ong
- 4 chén dưa hấu thái lát
- 1 cốc nước đá
- $\frac{1}{4}$ cốc nước dừa
- $\frac{1}{4}$ chén đường dừa thô

HƯỚNG DẪN:
a) Pha trà theo hướng dẫn trên bao bì.
b) Trong một cái chảo nhỏ, đun sôi nước. Cho trân châu bột năng vào nước đun đến khi nổi bọt. Giảm nhiệt xuống mức trung bình và để chúng nấu trong 20 phút, thỉnh thoảng khuấy. Đậy nắp chảo và giảm nhiệt xuống thấp, để trân châu khoai mì sôi thêm 25 phút nữa.
c) Sau khi trân châu đã chín, vớt ra để ráo nước và xả qua nước lạnh 2-3 lần. Đổ trân châu đã ráo nước vào bát và khuấy mật ong để giữ độ ẩm.
d) Trong khi trân châu nguội, làm món slushie. Cho trà, dưa hấu, đá, nước dừa và đường dừa vào máy xay sinh tố. Trộn cho đến khi mịn, khoảng 1-2 phút. Múc 2 thìa trân châu trân châu vào đáy ly và đổ nước sốt dưa hấu lên trên. Sử dụng ống hút boba rộng và phục vụ ngay khi lạnh.

46. Trà Matcha B

Làm cho: 2 phần ăn

THÀNH PHẦN:
TRÀ XANH MATCHA
- 1 thìa trà xanh matcha
- ¼ cốc nước nóng

TRÂU TRÂU/TRÂU TRÂU
- ½ chén trân châu bột sắn
- 4 chén nước
- 1-2 muỗng canh mật ong, hoặc xi-rô cây thích
- 2 ly sữa, tùy chọn
- 1 cốc nước đá

HƯỚNG DẪN:
a) Chuẩn bị trà matcha: Trong một bát nhỏ, đánh bột trà xanh matcha với nước nóng. Đặt nó sang một bên và để nguội.
b) Nấu trân châu bột sắn: Đun sôi một nồi nước nhỏ. Cho trân châu bột năng vào nước khuấy đều cho đến khi trân châu bắt đầu nổi lên trên mặt nước. Tiếp tục nấu chúng trong khoảng thời gian ghi trên bao bì. Tắt lửa và cẩn thận xả boba. Đổ boba nấu chín vào một cái bát.
c) Làm ngọt trân châu: Thêm chất tạo ngọt và khuấy đều trân châu. Để trân châu trong khoảng 5 phút cho chúng ngấm chất ngọt, khuấy vài lần.
d) Rót đồ uống của bạn: Chia trân châu giữa hai ly. Cho đá lên trên mỗi cái và đổ sữa hạt.
e) Cuối cùng, rót trà xanh matcha vào để tạo thành thức uống đẹp mắt. Khuấy đều và thưởng thức.

TRÁI CÂY BIỂN

47. Trà trân châu bí đỏ

Làm cho: 1 khẩu phần lớn

THÀNH PHẦN:
- 1 cốc sữa nguyên chất
- 3 ¼ cốc nước
- 2 túi trà đen
- ¼ chén đường nâu
- ¼ chén bí ngô nghiền
- ¼ muỗng cà phê bột hỗn hợp gia vị bí ngô
- ¼ chén trân châu bột sắn

CHO SYRUP GIA VỊ BÍ ĐỎ
a) Thêm bí ngô nghiền nhuyễn và ¼ cốc nước vào nồi nhỏ đun trên lửa nhỏ và khuấy đều.
b) Tắt bếp và lọc qua bộ lọc cà phê. Hãy kiên nhẫn, vì hỗn hợp có thể mất 10-15 phút để đi qua hoàn toàn. Nhẹ nhàng dùng tay vắt hết nước thừa ra khỏi hỗn hợp nhuyễn. Cố gắng hết sức để không làm vỡ bộ lọc khi làm như vậy.
c) Thêm nước bí ngô trở lại nồi của bạn trên lửa vừa, sau đó thêm gia vị bí ngô và đường nâu. Nấu ở nhiệt độ thấp cho đến khi đường tan hoàn toàn - khoảng 3 phút. Tắt bếp, chuyển sang tô lớn và để nguội đến nhiệt độ phòng.

DÀNH CHO BOBA
d) Thêm hai cốc nước vào một cái chảo vừa và đun sôi. Thêm trân châu và khuấy nhanh tay cho đến khi trân châu nổi hết trên bề mặt.
e) Giảm nhiệt xuống mức trung bình và nấu trong 15 phút.
f) Lấy ra khỏi nhiệt, đậy nắp và để yên trong 15 phút nữa.

g) Lọc trân châu, sau đó chuyển vào xi-rô gia vị bí ngô cho đến khi sẵn sàng phục vụ. Sử dụng trong vòng 5-10 phút khi còn tươi, hoặc giữ chúng bên trong xi-rô và làm lạnh.

DÀNH CHO TRÀ

h) Thêm hai túi trà vào một cốc nước sôi và ngâm trong 15 phút. Lấy túi trà ra và để trà nguội đến nhiệt độ phòng.

CHO UỐNG

i) Thìa boba vào đáy ly cao.

j) Thêm sữa, trà và 1 $\frac{1}{2}$ oz xi-rô gia vị bí ngô vào bình lắc. Đổ đá vào nửa bình lắc và lắc mạnh trong 5 giây.

k) Lọc vào kính trên đỉnh boba. Thêm một ít đá mới, ống hút miệng rộng và phục vụ!

48. Bạch đậu khấu và Earl Grey Boba Mocktail

Làm cho: 2 phần ăn

THÀNH PHẦN:
- 4 ounce cà phê cô đặc pha cà phê lạnh
- 3 ounce trà bá tước
- phao 2 ounce
- Trân châu bột sắn tẩm mật ong hoặc đường
- Một chút bạch đậu khấu rắc lên trên

HƯỚNG DẪN:
a) Chuẩn bị boba và phủ nó với mật ong hoặc đường.
b) Pha trà Earl Grey và thư giãn.
c) Đậy đáy ly bằng trân châu và một ít đường.
d) Kết hợp Cà phê Cô đặc Vani Pha lạnh Chameleon và Earl Grey.
e) Đổ qua boba.
f) Top với kem hoặc đồ uống sữa mà bạn chọn.
g) Rắc thảo quả lên trên và thưởng thức!

49. Boba quế hạnh nhân

Làm cho: 2 phần ăn

THÀNH PHẦN:
ĐỐI VỚI HỖN HỢP QUẾ-HẠNH NHÂN:
- 5 ounce hạnh nhân thô
- ½ chén gạo trắng hạt dài
- Thanh quế Ceylon dài 3 inch

ĐỐI VỚI BOBA:
- 1 chén trân châu boba
- 1 chén đường thô hoặc turbinado

HƯỚNG DẪN:

a) Trải hạnh nhân thành một lớp trên khay nướng; nướng bánh mì trong lò nướng 350 độ F trong 5 đến 10 phút hoặc cho đến khi có mùi thơm và hơi ngả màu. Để nguội.

b) Trong máy xay gia vị hoặc máy xay cà phê sạch, nghiền gạo và thanh quế thành bột mịn. Cho gạo xay vào hũ hoặc tô lớn.

c) Thêm hạnh nhân và đậy nắp với 2 cốc nước lọc. Che và làm lạnh trong 10-12 giờ hoặc qua đêm.

d) Ngày hôm sau, đổ lượng chứa trong bình vào hộp đựng của máy xay sinh tố cùng với 2 cốc nước lọc bổ sung.

e) Xay ở tốc độ cao nhất trong 1 đến 2 phút hoặc cho đến khi mịn hoàn toàn.

f) Đổ hỗn hợp qua một cái rây lưới mịn có lót hai lớp vải mỏng hoặc túi sữa hạt nếu bạn có.

g) Để phần lớn chất lỏng chảy qua, sau đó gom các cạnh lạ và ép phần cùi còn lại để ép ra càng nhiều chất lỏng càng tốt

h) Để tăng Makes, hãy cho phần bã còn thừa trở lại máy xay cùng với 1 cốc nước lọc nữa; trộn ở tốc độ cao trong 1 đến và phút, sau đó lọc qua túi sữa hạt một lần nữa.

i) Để tủ lạnh cho đến khi sẵn sàng phục vụ.

j) Đun sôi 5 cốc nước trong một cái chảo vừa. Thêm trân châu trân châu và đun sôi trong 5 phút, sau đó tắt bếp và để thêm 10 phút nữa.

k) Trong khi nấu boba, kết hợp $\frac{1}{2}$ cốc nước và đường trong một cái chảo nhỏ. Đun sôi trong 1 đến 2 phút hoặc cho đến khi đường tan hoàn toàn. Lấy ra khỏi nhiệt và chuyển sang một cái bát cách nhiệt.

l) Lọc trân châu bằng thìa có rãnh và cho vào xi-rô đường. Hãy ngồi trong 15 phút.

m) Để phục vụ, hãy chia trân châu trong các ly phục vụ cùng với một vài thìa xi-rô đường.

n) Thêm horchata và khuấy để kết hợp; thêm xi-rô đường bổ sung để hương vị.

50. Bột đậu đỏ Boba

Làm cho: 2 phần ăn

THÀNH PHẦN:
- ⅔ chén bột đậu đỏ ngọt
- 3 ly sữa
- ⅓ chén trân châu trân châu
- Nước
- 2 T đường nâu
- 2 T nước

HƯỚNG DẪN:
LÀM SYRUP
a) Kết hợp đường nâu và nước trong một bát nhỏ và đun nóng trong lò vi sóng.
b) 2 T đường nâu, 2 T nước
c) Khuấy cho đến khi đường nâu tan hoàn toàn trong nước.

NẤU BOBA NGỌC TRAI
a) Nấu trân châu trân châu theo hướng dẫn trên bao bì.
b) Cho phép làm mát.
c) Khi trân châu trân châu nguội, cho bột đậu đỏ và sữa vào máy xay sinh tố. Xay ở tốc độ thấp.
d) Đừng trộn quá kỹ, nếu không sữa sẽ trở nên rất sủi bọt.
e) Xung nhanh thấp giúp giảm lượng bọt tạo ra.
f) 3 cốc sữa, ⅔ cốc bột đậu đỏ ngọt

PHỤC VỤ
a) Cho đồ uống vào cốc và thêm trân châu trân châu.
b) Thêm xi-rô đường để hương vị thêm ngọt ngào.
c) Uống bằng ống hút boba.

51. Chè mè đen trân châu

Làm cho: 1 khẩu phần

THÀNH PHẦN:
TINH BỘT SẮN BÓNG
- 2 cốc nước
- $\frac{1}{4}$ chén viên bột sắn

TRÀ SỮA MÈ ĐEN
- $\frac{1}{4}$ cốc nước nóng
- 2 muỗng canh đường nâu
- 1 muỗng canh mè đen
- $\frac{3}{4}$ cốc nước đá
- 1 ly sữa

HƯỚNG DẪN:
NẤU TINH BỘT SẮN
a) Đun sôi 2 cốc nước trong nồi và thêm những viên bột sắn.
b) Đun sôi nước trong nồi trên bếp rồi cho viên bột sắn vào. Nấu trên lửa vừa cao trong 8-10 phút. Thỉnh thoảng khuấy đều. Bóng khoai mì phải mềm hoàn toàn.

LÀM MÈ ĐEN
a) Trộn mè đen, nước nóng và đường.
b) Trong một cốc, thêm $\frac{1}{4}$ cốc nước nóng và đường nâu vào hỗn hợp mè đen. Sử dụng máy đánh sữa cầm tay để đánh ở tốc độ thấp để kết hợp.

LẮP RÁP
a) Cho những viên bột sắn dây còn ấm vào cốc. Thêm đá và vùng đen đã làm ngọt rồi cho sữa lên trên.
b) Phục vụ ngay lập tức và khuấy trước khi uống. Sử dụng ống hút cực rộng để uống.

52. trà masala

Thực hiện: 8 phần ăn

THÀNH PHẦN:
- 1 chén trân châu bột sắn
- 6 cốc -Nước lạnh
- ⅓ cốc Sữa
- thanh quế 3"
- 6 Bạch đậu khấu xanh, nguyên quả
- 4 Đinh hương, toàn bộ
- 12 hạt tiêu đen
- 12 muỗng cà phê Đường
- 9 túi trà cam pekoe

HƯỚNG DẪN:
a) Nấu bột sắn trong nước theo hướng dẫn trên bao bì hoặc cho đến khi mềm.
b) Rửa sạch dưới vòi nước lạnh, để ráo nước và dự trữ.
c) Cho nước và sữa vào chảo, đun sôi.
d) Thêm gia vị và đường.
e) Khuấy đều cho hòa quyện, tắt bếp.
f) Đậy vung, để ngấm gia vị trong 10 phút.
g) Thêm lá trà hoặc túi trà và đun sôi nước lần thứ hai.
h) Giảm nhiệt và đun nhỏ lửa, đậy nắp, trong 5 phút.
i) Lọc trà vào một ấm trà ấm.
j) Chia trân châu bột sắn và một ít đá viên vào các ly cao và rót trà lên trên.

53. Chè nhục đậu khấu nước cốt dừa

Thực hiện: 4 phần ăn

THÀNH PHẦN:
- 1 chén trân châu bột sắn
- 1/4 muỗng cà phê hạt nhục đậu khấu
- 3/4 cốc nước cốt dừa béo, có bọt
- 4 cốc nước sôi
- 4 túi trà
- xi-rô phong

HƯỚNG DẪN:
a) Nấu bột sắn trong nước theo hướng dẫn trên bao bì hoặc cho đến khi mềm.
b) Rửa sạch dưới vòi nước lạnh, để ráo nước và dự trữ.
c) Đặt 1 túi trà vào mỗi cốc. Đổ nước sôi lên túi trà của bạn.
d) Cho phép nó dốc trong khoảng năm phút.
e) Cho phép làm mát.
f) Trộn xi-rô phong.
g) Chia trân châu bột sắn và một ít đá viên vào các ly cao và đổ hỗn hợp lên trên.
h) Đổ sữa có bọt lên trà.
i) Mưa phùn với hạt nhục đậu khấu.

54. Cà phê gia vị bạch đậu khấu

THÀNH PHẦN:
- 1 chén bột sắn dây, nấu chín
- 3/4 cốc cà phê xay
- 2 2/3 chén nước
- Thảo quả đất
- 1/2 chén Sữa đặc có đường

HƯỚNG:
a) Pha cà phê theo kiểu nhỏ giọt hoặc máy pha cà phê lọc màu.

b) Chia trân châu bột sắn và một ít đá viên vào 4 ly và đổ hỗn hợp lên trên.

c) Mỗi khẩu phần thêm một chút bạch đậu khấu và 2 thìa sữa đặc.

d) Khuấy và phục vụ

BOOZY BOBA

55. Trà Baileys Vani Boba

Làm cho: 1 cốc

THÀNH PHẦN:
- ⅓ cốc Kem Ailen Baileys
- ¼ chén trân châu bột sắn khô
- 1 quả vani
- 2 túi trà chai
- 5 cốc nước
- 1 chén đường
- 2 muỗng cà phê chiết xuất vani
- trang trí: ống hút boba, kem đánh bông, sô cô la bào, que quế

HƯỚNG DẪN:

a) Đầu tiên, làm xi-rô đậu vani. Kết hợp đường và một cốc nước trong một cái chảo nhỏ. Cắt đôi quả vani, cạo hạt và cho cả hai vào chảo. Trên mức trung bình cao, đun sôi, sau đó đun nhỏ lửa trong 15 phút ở mức thấp. Đặt sang một bên để làm mát.

b) Tiếp theo, nấu boba của bạn. Đổ đầy một cái chảo nhỏ với hai cốc nước và đun sôi. Thêm trân châu bột sắn khô vào nước và khuấy đều. Điều chỉnh nhiệt ở mức trung bình và nấu trong 5-10 phút. Lấy ra khỏi nhiệt và đậy nắp. Để yên trong 15-20 phút.

c) Để ráo boba của bạn và ngâm nó trong xi-rô đậu vani cho đến khi chúng sẵn sàng phục vụ.

d) Ngâm hai túi trà chai trong hai cốc nước và để ngấm trong 10-15 phút.

e) Múc trân châu vào ly yêu thích của bạn, phủ xi-rô vani lên trên và thêm một ít đá. Rót trà chai đã ướp lạnh lên trên đá, thêm kem Baileys Irish và khuấy đều.

f) Trang trí với kem đánh bông, sô cô la bào, hoa hồi và thanh quế. Thêm ống hút và thưởng thức!

56. Trắng Nga Boozy Boba

Pha chế: 1 ly cocktail

THÀNH PHẦN:
- 2 oz rượu vodka
- 1 oz Kahlua
- ½ chén Trà Boba, nấu chín
- Mật ong, nếm
- đá

HƯỚNG DẪN:
a) Trộn boba với một chút mật ong, để nếm thử.
b) Trong một chiếc cốc đôi kiểu cũ, hãy thêm lượng boba ưa thích của bạn.
c) Đổ đầy nước đá vào cốc.
d) Thêm rượu vodka, Kahlua và Trà Boba.
e) Khuấy vài lần và dùng kèm với ống hút boba.

57. Trà Bourbon Boba

Pha chế: 4 ly cocktail

THÀNH PHẦN:
- 1 cốc trân châu bột sắn đen mỗi khẩu phần
- 10½ chén nước
- ½ cốc sữa đặc có đường
- 1 chén đào đông lạnh
- 1 cốc dâu tây đông lạnh
- 2 cốc Bourbon
- 1 cốc mật hoa đào
- 2 muỗng kem đào, làm mềm
- 2 muỗng kem dâu
- 1 cốc trà bạc hà ướp lạnh
- 2 muỗng canh mật hoa thùa
- 1 nhúm muối Kosher

HƯỚNG DẪN:
a) Đun sôi 10 cốc nước với 3 túi trà bạc hà. Sau khi đun sôi, cho một cốc trân châu vào và đun sôi cho đến khi tất cả trân châu nổi lên mặt nước.

b) Khi trân châu đã nổi lên trên mặt nước, đậy nắp nồi trong 2 phút. Sau đó, giảm nhiệt bếp để đun nhỏ lửa và đun sôi boba trong 2 phút nữa.

c) Lọc boba và đặt nó vào một bát nước đá trong 30 giây. Lọc lại và đặt vào một cái bát khô.

d) Ngâm boba trong 1 cốc rượu bourbon trong ít nhất một giờ.

e) Pha một tách trà bạc hà và làm lạnh cho đến khi nguội.

f) Kết hợp đào đông lạnh, dâu tây đông lạnh, rượu bourbon và mật hoa trong máy xay sinh tố và xay 4 hoặc 5 lần để kết hợp.

g) Thêm kem đào, kem dâu tây, trà bạc hà, cây thùa và muối rồi trộn đều trong khoảng một phút hoặc cho đến khi mịn.

h) Đặt khoảng $\frac{1}{2}$ chén trân châu vào đáy ly và từ từ rót hỗn hợp lên trên.

58. Boba Cam-Xoài-Dừa

Pha chế: 4 ly cocktail

THÀNH PHẦN:
- 1 chén trân châu bột sắn
- 2 thìa cà phê mật ong
- 4 quả xoài gọt vỏ và cắt bỏ hạt
- Nước ép của 2 quả cam lớn
- 1 cốc nước cốt dừa
- 4 ounce rượu rum trắng
- 4-5 ly đá
- Nước ép từ $\frac{1}{2}$ đến 1 quả chanh

HƯỚNG DẪN:
a) Nấu trân châu bột sắn theo hướng dẫn trên bao bì. Sau khi ráo nước, khuấy trong mật ong. Để qua một bên.
b) Trong máy xay sinh tố hoặc máy xay thực phẩm, kết hợp xoài, nước cam và nước cốt dừa. Xung cho đến khi hình thức nhuyễn.
c) Tiếp theo, thêm rượu rum, đá và nước cốt chanh và trộn lại cho đến khi hỗn hợp đều và sủi bọt.
d) Múc vài thìa trân châu bột sắn vào mỗi ly.
e) Đổ hỗn hợp cam-xoài-dừa lên trên.
f) Trong máy xay sinh tố hoặc máy xay thực phẩm, kết hợp xoài, nước cam và nước cốt dừa. Xung cho đến khi hình thức nhuyễn. Tiếp theo, thêm rượu rum, đá và nước cốt chanh và trộn lại cho đến khi hỗn hợp đều và sủi bọt.
g) Múc vài thìa trân châu bột sắn vào mỗi ly.
h) Đổ hỗn hợp cam-xoài-dừa lên trên.
i) Thêm một ống hút cực rộng và thưởng thức!

59. Trà Boba Dâu Margarita

Làm cho: 1

THÀNH PHẦN:
- ½ cốc nước
- 1 ½ muỗng canh Bột sắn dây
- 2 ounce rượu tequila 1800 Tequila Bạc
- 2 ounce dâu trộn Margarita
- 2 túi trà xanh
- 6 viên đá
- 8 quả dâu tây thái lát
- Mật hoa ổi 1 ounce
- 1 ounce kem đặc hoặc sữa đặc có đường
- 1 thìa muối biển
- ½ nước cốt chanh
- 1 lát chanh để trang trí
- 1 muỗng canh muối biển để tráng ly

HƯỚNG DẪN:
a) Chuẩn bị trân châu bột sắn theo hướng dẫn trên bao bì, lọc bỏ nước thừa và chuyển sang một cái bát nhỏ, thêm một ounce rượu tequila và để sang một bên.

b) Chuẩn bị 2 túi trà trong ½ cốc nước nóng, ngâm trà trong 5 - 10 phút, bỏ túi trà và cho trà xanh vào tủ lạnh để làm lạnh cho đến khi dùng.

c) Trong máy xay sinh tố, thêm dâu tây, rượu tequila, hỗn hợp bơ thực vật, mật hoa ổi, nước cốt chanh, kem nặng, trà và đá viên. Đặt đầu trên máy xay sinh tố và xung cho đến khi mịn.

d) Thìa ngọc trai bột sắn đã ngâm rượu tequila vào một phần ba dưới cùng của ly martini có viền muối biển thô.

e) Đổ hỗn hợp Margarita lên trân châu bột sắn.

f) Trang trí với một lát chanh.
g) Phục vụ.

60. Cocktail rượu Rum & Boba

Pha chế: 1 ly cocktail

THÀNH PHẦN:
- 2 oz rượu rum
- 2 oz nước cam
- 1½ oz sữa thấm wafer
- 1 oz trà đen
- 0,75 oz đường dưa mùa đông
- 2 muỗng canh trân châu bột sắn
- một chút đường

HƯỚNG DẪN:
a) Chuẩn bị sữa ngấm bánh xốp bằng cách ngâm một chiếc bánh quy kiểu bánh xốp trong 2 oz sữa nguyên chất trong hai giờ, sau đó lọc qua vải thưa.
b) Làm trân châu bằng cách đun sôi trân châu bột sắn trong nước với một chút đường.
c) Chuẩn bị đường bí đao bằng cách đo trọng lượng cần thiết và đun sôi với cùng một lượng nước để tạo thành xi-rô đường.
d) Bây giờ, trộn tất cả các thành phần, ngoại trừ bột sắn, trong bình lắc với đá, lắc cho đến khi nguội và lọc hai lần vào ly có trân châu bột sắn ở đáy.
e) Khuấy nhẹ, thêm đá và thưởng thức bằng ống hút trân châu.

61. Cocktail Boba Dâu & Chanh

Pha chế: 1 ly cocktail

THÀNH PHẦN:
- 1 oz rượu vodka
- 2½ oz xi-rô dâu và chanh
- ½ oz nước cốt chanh tươi
- 2 muỗng canh trân châu bột sắn
- 3 oz nước có ga hoặc soda câu lạc bộ

HƯỚNG DẪN:
a) Để làm một mẻ xi-rô dâu tây và chanh, bạn cần 1 cốc dâu tây thái hạt lựu, 0,25 cốc đường trắng và nửa quả chanh.

b) Cho dâu tây và đường vào một cái chảo nhỏ, vắt nước cốt chanh vào nồi và thả cả vỏ vào.

c) Đun hỗn hợp trên lửa vừa và nhỏ trong 15 phút, khuấy liên tục cho đến khi tạo thành xi-rô. Vứt bỏ vỏ chanh và để nguội trước khi sử dụng.

d) Để pha chế đồ uống, hãy kết hợp trân châu bột sắn và xi-rô ở đáy ly phục vụ của bạn, sau đó đổ rượu vodka, nước cốt chanh tươi lên trên và đổ đầy nước có ga.

62. Rượu Whisky Boba Cocktail

Pha chế: 1 ly cocktail

THÀNH PHẦN:
- 0,75 oz rượu mùi cà phê
- rượu whisky 1½ oz
- 3 oz sữa nguyên kem
- 1 oz xi-rô đường đen đơn giản
- 1 chút chiết xuất vani
- 2 muỗng canh trân châu bột sắn

HƯỚNG DẪN:
a) Chuẩn bị trân châu bột sắn theo hướng dẫn trên bao bì và để nguội.
b) Trong khi chờ đợi, hãy làm xi-rô đường đen của bạn bằng cách kết hợp một cốc đường đen và một cốc nước.
c) Nếu bạn không thể tìm thấy đường đen, đường nâu đậm sẽ làm được. Đun hỗn hợp trên lửa vừa cao trong tối đa 10 phút cho đến khi đường tan hết, khuấy liên tục. Đặt nó sang một bên để làm mát.
d) Sau khi nguội, kết hợp trân châu khoai mì và xi-rô đường. Thêm hai thìa đầy trân châu boba xi-rô vào ly.
e) Kết hợp rượu mùi cà phê, rượu whisky, sữa nguyên chất và chiết xuất vani trong bình lắc cocktail với đá và lắc cho đến khi lạnh.
f) Rót trân châu trân châu vào ly, khuấy nhẹ và dùng kèm với ống hút trân châu.

BOBA PHÔ MAI

63. trà mascarpone trân châu

Thực hiện: 4 - 6 phần ăn

THÀNH PHẦN:
- ½ cốc trân châu bột sắn tùy bạn chọn
- 2 muỗng canh mật ong
- ⅓ cốc Mascarpone Canada
- 1 ½ tách trà xanh hoặc trà đen được ngâm và ướp lạnh
- 2 cốc nước ép nam việt quất hoặc nước ép quả mâm xôi
- 1 cốc sữa Canada

HƯỚNG DẪN:
a) Nấu bột sắn trong nước theo hướng dẫn trên bao bì hoặc cho đến khi mềm.
b) Rửa sạch dưới vòi nước lạnh, để ráo nước và dự trữ.
c) Trong một bát lớn, trộn mật ong và Mascarpone bằng máy đánh trứng. Dần dần thêm trà, nước trái cây và sữa.
d) Chia trân châu bột sắn và một ít đá viên vào các ly cao và đổ hỗn hợp Mascarpone lên trên.

64. Trà Sữa Kem Phô Mai

Làm cho: 4

THÀNH PHẦN:
TRÀ BOBA
- 1 lít nước
- 250 g trân châu
- 45 g Đường nâu

KEM PHÔ MAI BỢT
- 200 g Phô mai kem MG
- ¼ lít Sữa Tươi Thanh Trùng Imperial
- 300 g kem tươi
- 100 g siro ăn liền

TRÀ
- 50 g bột năng
- 3 lít Nước sôi
- 200 g xi-rô

CHỈ DẪN
BOBA
a) Đặt một cái nồi lên bếp và đun sôi nước. Đun sôi boba trong 30 phút. Đậy nắp. Tắt bếp và để yên trong 15 phút.
b) Cho trân châu vào ly, thêm đường nâu và trộn đều.

KEM PHÔ MAI BỢT
a) Trộn pho mát kem tươi, sữa tươi và xi-rô trong máy trộn.
b) Thêm kem đánh bông và đánh bằng roi điện. Và để nó ngồi.

ĐỂ LẮP RÁP
a) Đun sôi bột trà trong 15 phút và loại bỏ các hạt.
b) Thêm xi-rô và khuấy đều.
c) Múc trân châu vào ly chứa đầy đá viên. Thêm trà và phủ kem phô mai lên trên.

BOBA ĐƯỜNG NÂU

65. Trà Chai Boba

Làm cho: 4

THÀNH PHẦN:
- 1 cốc nước nóng
- 2 túi trà chai
- 1-2 muỗng canh Đường nâu
- $\frac{1}{8}$ cốc sữa
- $\frac{1}{8}$ cốc sữa cô đặc
- $\frac{1}{4}$ chén trân châu bột sắn

HƯỚNG DẪN:
a) Đun sôi một cốc nước.
b) Thêm 2 túi trà chai và ngâm trong 5 phút.
c) Rót ra ly, khi còn nóng cho 1-2 thìa đường nâu vào khuấy đều tùy theo độ ngọt bạn muốn.
d) Sau đó thêm sữa cô đặc và sữa bình thường và khuấy đều.
e) Sau đó thêm trân châu bột sắn.

66. Trà Trân Châu Bọt Lạnh

Làm cho: 2 phần ăn

THÀNH PHẦN:
TRÀ ĐEN
- 2 ½ cốc nước
- 2 muỗng canh trà đen

SYRUP ĐƠN GIẢN NÂU
- ¼ chén đường nâu
- ¼ cốc nước

TINH BỘT SẮN BÓNG
- 4 chén nước
- ¾ chén viên bột sắn

KEM BỢT
- ¼ chén rưỡi
- 2 muỗng cà phê đường cát

HƯỚNG DẪN:
PHA TRÀ

a) Nước sôi.

b) Đun sôi 2 ¾ cốc nước. Nếu sử dụng ấm điện có cài đặt nhiệt độ, hãy đặt nước ở nhiệt độ 208°F. Sử dụng nước lọc nếu có thể.

c) Ngâm trà vào nước nóng trong 5 phút.

d) Kết hợp trà và 2 ½ cốc nước nóng và dốc.

e) Lọc lá trà và để trà nguội.

f) Sử dụng một ấm trà với một máy pha trà làm cho việc lọc lá trà trở nên cực kỳ dễ dàng.

LÀM SYRUP ĐƠN GIẢN ĐƯỜNG NÂU

a) Khuấy đều nước nóng và đường nâu sẫm cho đến khi đường tan.

b) Lấy ¼ cốc nước nóng còn lại và khuấy trong ¼ cốc đường nâu.

NẤU TINH BỘT SẮN
a) Đun sôi nước và thêm viên bột sắn.
b) Đun sôi nước trong nồi trên bếp rồi cho viên bột sắn vào.
c) Nấu trên lửa vừa cao trong 8-10 phút. Thỉnh thoảng khuấy đều.
d) Xả bóng khoai mì.
e) Kết hợp các viên bột sắn và xi-rô đơn giản đường nâu.
f) Khuấy xi-rô đơn giản màu nâu sẫm vào nồi với trân châu đã lọc.
g) Để nguội một chút để nó ấm nhưng không sôi.

TẠO BỌT LẠNH
a) Đánh nhẹ nửa ruỡi và đường.
b) Sử dụng máy đánh sữa cầm tay và đánh cho đến khi nó bắt đầu đặc lại.

LẮP RÁP
a) Chia mỗi thành phần vào hai cốc.
b) Cho những viên bột sắn vào xi-rô đường nâu đơn giản, thêm đá, sau đó là trà đen và phủ bọt lạnh lên trên.
c) Khuấy đều trước khi uống.

67. Trà Trân Châu Okinawa

Làm cho: 1 phục vụ

THÀNH PHẦN:
- 1 túi trà đen tùy chọn
- ¾ cốc nước để pha trà
- 2 ½ muỗng canh trân châu bột sắn
- 2 ½ muỗng cà phê đường nâu Okinawa
- ½ cốc sữa

HƯỚNG DẪN:
a) Pha trà trong nước sôi nóng theo ý thích của bạn.
b) Nấu trân châu bột sắn theo hướng gói.
c) Nếu dùng trân châu nấu nhanh, hãy đun sôi một nồi nước nhỏ.
d) Sau đó thêm boba và giảm nhiệt để đun nhỏ lửa. Đậy nắp nồi và đun nhỏ lửa trong 1 đến 2 phút. Tắt lửa.
e) Sau khi boba được nấu chín, rửa sạch trong nước lạnh và sau đó trộn qua đường.
f) Cho trân châu vào cốc hoặc cốc uống nước, rót trà rồi thêm sữa.
g) Trộn cho đến khi kết hợp. Phục vụ nóng hoặc lạnh.

68. trà ô long trân châu

Làm cho: 1

THÀNH PHẦN:
- 1 ly sữa
- ½ muỗng canh đường cát
- 1 nhúm muối
- 1 muỗng canh lá trà ô long
- ¼ chén trân châu sống
- ½ muỗng canh mật ong
- đá

HƯỚNG DẪN:
a) Đun nóng sữa cho đến khi bốc hơi.
b) Khuấy đường và muối cho đến khi hòa tan, sau đó thêm trà. Để trà ngấm trong 30 phút.
c) Lấy lá trà ra, ấn vào chúng để giải phóng sữa bị mắc kẹt, sau đó loại bỏ lá trà.
d) Để Trà Boba nguội hoàn toàn.
e) Trong khi đó, đun sôi một nồi nước. Thêm trân châu và nấu theo hướng dẫn trên bao bì. Boba đã hoàn thành khi nó trong mờ và hơi bóng; nó không nên có bột hoặc cứng khi cắn vào.
f) Chắt nước khỏi trân châu và khuấy mật ong vào trân châu đang nóng.
g) Trong ly phục vụ của bạn, múc trân châu vào, thêm một ít đá và rót Trà trân châu vào.

69. Trà Crème Brûlée Boba với kẹo bơ cứng

Làm cho: 4

THÀNH PHẦN:
CRÈME BRÛLÉE PUDDING
- 2 muỗng canh đường cát
- 2 lòng đỏ trứng lớn
- 1 chén kem nặng
- ½ muỗng cà phê chiết xuất vani

BOBA ĐƯỜNG NÂU
- ½ chén trân châu
- 3 muỗng canh đường nâu
- 1 nhúm muối kosher

TRÀ BOBA HOJICHA
- 2 ly sữa
- 3 túi trà hojicha
- 2 muỗng canh đường cát
- 1 nhúm muối kosher

CUỘC HỢP
- Đá
- ¼ cốc vụn kẹo bơ cứng

HƯỚNG DẪN:
CRÈME BRÛLÉE PUDDING
a) Vào đêm trước khi bạn muốn uống Trà Boba, hãy làm kem Brûlée, sau đó thư giãn qua đêm.
b) Làm nóng lò nướng của bạn ở nhiệt độ 250F.
c) Trong một bát vừa, đánh cùng đường và lòng đỏ trứng cho đến khi kết hợp. Thêm kem nặng và chiết xuất vani, và khuấy để kết hợp.

d) Đặt hộp đựng chịu nhiệt dung tích 1 ½ cốc vào chảo nướng có các mặt đủ cao để có thể đổ nước vào khoảng nửa hộp đựng.
e) Đun sôi một lượng nước vừa phải.
f) Đổ hỗn hợp sữa trứng vào hộp chịu nhiệt. Mở lò nướng và kéo nhẹ giá đỡ lò nướng, sau đó đặt khay nướng lên giá đỡ.
g) Nhẹ nhàng đổ nước sôi vào khay nướng, đảm bảo nước không bắn vào mãng cầu. Tiếp tục đổ nước sôi cho đến khi đạt hoặc cao hơn một chút so với mức của mãng cầu. Nhẹ nhàng đẩy giá đỡ lò trở lại và đóng lò.
h) Nướng trong 35-40 phút, hoặc cho đến khi sữa trứng đông lại. Nếu nó có vẻ lỏng, hãy nướng thêm 5 phút nữa, sau đó kiểm tra lại. Nó phải lắc lư ở trung tâm, nhưng không ở dạng lỏng.
i) Lấy mãng cầu ra khỏi nồi cách thủy, sau đó để nguội ở nhiệt độ phòng. Làm lạnh cho đến khi lạnh.

BOBA ĐƯỜNG NÂU

a) Đun sôi một nồi nước vừa phải, sau đó cho trân châu vào và vặn nhỏ lửa. Nấu cho đến khi trong suốt và mềm. Thời gian sẽ phụ thuộc vào loại boba bạn có, vì vậy hãy kiểm tra bao bì.
b) Để ráo trân châu, sau đó cho đường nâu và muối vào khuấy đều. Để nguội.

Trà trân châu HOJICHA

a) Đun nóng sữa cho đến khi bốc hơi.
b) Thêm túi trà. Ngâm trà trong 15 phút, sau đó thêm đường và một chút muối. Vắt hết chất lỏng dư thừa từ túi trà vào Trà Boba, sau đó loại bỏ túi trà.

c) Làm lạnh cho đến khi nguội, và giữ lạnh cho đến khi sẵn sàng phục vụ.

CUỘC HỢP

a) Đổ đầy 4 ly bằng đá. Chia trân châu và Trà trân châu giữa các ly và khuấy đều mọi thứ. Cho một thìa lớn crème Brûlée vào mỗi cốc, và rắc những mẩu kẹo bơ cứng lên trên. Phục vụ lạnh!

70. Trà Trân Châu Đường Nâu

Làm cho: 4

THÀNH PHẦN:
NGỌC TRAI BOBA ĐƯỜNG NÂU
- 1 chén bột năng
- ⅓ cốc nước
- ½ chén đường nâu

SYRUP ĐƯỜNG NÂU
- 2 chén đường nâu
- 2 cốc nước để đun sôi

CUỘC HỢP
- 4 ly sữa tươi tốt nhất là lạnh
- khối nước đá

HƯỚNG DẪN:
NGỌC TRAI BOBA ĐƯỜNG NÂU
a) Kết hợp nước và đường nâu trong chảo. Đun trên lửa rất nhỏ cho đến khi hòa tan.
b) Thêm 1 muỗng canh bột sắn và khuấy cho đến khi kết hợp hoàn toàn.
c) Tắt lửa sau đó thêm bột năng còn lại. Khuấy cho đến khi bột được hình thành.
d) Chuyển sang một bề mặt phẳng và nhào cho đến khi mịn. Đặt một lá nhựa lên trên bột. Dùng cán cán mỏng thành miếng dày khoảng 1 cm, sau đó cắt thành những miếng vuông nhỏ.
e) Vo các miếng bột thành những viên tròn nhỏ rồi cho vào bát có 1 thìa bột năng. Thỉnh thoảng lắc nhẹ bát để đảm bảo các viên trân châu được bao phủ bởi bột mì và không dính vào nhau.

SYRUP ĐƯỜNG NÂU

a) Đổ trân châu Boba vào nước sôi và để trong 10 phút. Thỉnh thoảng khuấy đều.

b) Thêm 2 chén đường nâu và khuấy đều. Để nó sôi thêm 5 phút nữa.

CUỘC HỢP

a) Chia xi-rô và trân châu trân châu thành 4 ly cao. Nghiêng ly sang một bên và từ từ lăn cho đến khi các mặt được bao phủ hoàn toàn bằng xi-rô.

b) Thêm sữa và đá vào, sau đó khuấy tất cả bằng ống hút.

71. trà trân châu con hổ

Làm cho: 2 phần ăn lớn

THÀNH PHẦN:
SYRUP ĐƯỜNG NÂU
- ½ chén đường muscovado
- 2 muỗng canh nước

TAPIOCA PEARLS
- ½ chén trân châu bột sắn đường nâu
- 2 ½ cốc nước

CƠ SỞ SỮA
- 2 ½ cốc sữa, đầy đủ chất béo
- ½ cốc kem nặng
- 4-6 viên đá

HƯỚNG DẪN:
SYRUP ĐƯỜNG NÂU
a) Cho đường và nước vào nồi nhỏ và đun sôi ở lửa vừa.
b) Sau khi sủi bọt, giảm nhiệt xuống thấp và đun nhỏ lửa trong 3-4 phút hoặc cho đến khi xi-rô trông đặc hơn và dính.

TAPIOCA PEARLS
a) Nấu trân châu như được chỉ định trên bao bì.
b) Xả và loại bỏ nước. Đổ trân châu khoai mì đã nấu chín vào nước đường và nấu trên lửa nhỏ trong 2-3 phút. Đậy nắp nồ và để nguội trong 20 phút.

LẮP RÁP Trà Boba
a) Đánh một ít kem cho đến khi sủi bọt. Đặt sang một bên cho bây giờ.
b) Nghiêng ly phục vụ một góc 45 độ, sau đó dùng muôi nhỏ múc trân châu bột sắn dây vào ly. Xoay ly khi những viên

trân châu bột sắn bắt đầu nhỏ giọt xuống đáy. Lộn xộn ở bước này cũng không sao! Sử dụng nhiều bột sắn như mong muốn.

c) Thêm đá viên lên trên trân châu bột sắn. Đổ sữa lên đá, cách miệng ly khoảng 1 inch.

d) Đổ kem sủi bọt lên trên sữa để làm cho thức uống thêm kem. Phục vụ ngay lập tức và thưởng thức!

72. Trà bơ hạt vani

LÀM: 4 PHẦN

THÀNH PHẦN:
- 1 chén trân châu bột sắn
- 3 cốc nước sôi nóng
- 4 túi trà đen
- 1 muỗng canh vani bơ hạnh nhân
- 1 cốc nước nóng
- 2 muỗng canh sữa đặc có đường
- 2 muỗng canh đường

HƯỚNG DẪN:
a) Nấu bột sắn trong nước theo hướng dẫn trên bao bì hoặc cho đến khi mềm.
b) Rửa sạch dưới vòi nước lạnh, để ráo nước và dự trữ.
c) Đặt túi trà vào 3 cốc nước sôi nóng.
d) Che và để nó dốc trong 8 phút.
e) Thêm bơ hạnh nhân vani và nước nóng vào máy xay.
f) Trộn trên cao cho đến khi mịn.
g) Thêm trà, sữa đặc và đường.
h) Pha trộn để kết hợp và tạo bọt.
i) Chia trân châu bột sắn và một ít đá viên vào các ly cao và đổ hỗn hợp lên trên.

73. Trà Sữa Hoàng Gia Kem Trân Châu

Làm cho 2 panh

THÀNH PHẦN:
- 2 cốc sữa nguyên chất
- 1 cốc kem đánh bông nặng
- 4 lòng đỏ trứng gà
- 6 tbsp hỗn hợp trà sữa hoàng gia
- 2 chén trân châu bột sắn
- 1 thìa đường nâu

HƯỚNG DẪN:
a) Để lửa vừa, làm ấm sữa và whipping cream
b) Thêm hỗn hợp trà sữa hoàng gia và khuấy cho đến khi hòa tan. điều chỉnh số lượng để hương vị bằng cách thêm nhiều hơn nếu cần thiết.
c) Trong một bát riêng, đánh lòng đỏ trứng cho đến khi có màu vàng nhạt... khoảng 1 phút.
d) Làm nóng lòng đỏ trứng bằng cách thêm từ từ một nửa hỗn hợp đã đun nóng vào lòng đỏ trứng, đánh liên tục.
e) Thêm hỗn hợp lòng đỏ trứng trở lại nồi và nấu trên lửa vừa, khuấy liên tục bằng thìa gỗ.
f) Hỗn hợp sẽ đặc lại và sẵn sàng khi nó phủ lên mặt sau của thìa và tạo thành một đường khi luồn ngón tay qua đó.
g) Làm nguội hỗn hợp trong một cái bát đặt trong bồn nước đá.
h) Làm lạnh hỗn hợp làm mát qua đêm.
i) Ngày hôm sau, khuấy hỗn hợp trong máy làm kem (theo hướng dẫn của nhà sản xuất)
j) Sau khi khuấy xong, hãy đông lạnh kem ít nhất 1-2 giờ trước khi ăn. để có kết quả tốt nhất, hãy đóng băng qua đêm.

k) Làm theo hướng dẫn trên bao bì trân châu bột sắn để nấu trân châu... nói chung thời gian nấu khoảng 15 phút.

l) Sau khi chín, để ráo nước và trộn với một thìa đường nâu để tạo độ ngọt cho trân châu.

m)   Phục vụ lượng mong muốn với kem và thưởng thức!

MATCHA BOBA

74. Latte Matcha mật ong

Làm cho: 2 phần ăn

THÀNH PHẦN:
- ½ thìa cà phê Matcha
- 1 ly sữa
- Tùy chọn: Mật ong
- Một ít trân châu khoai mì nấu chín, mỗi khẩu phần

HƯỚNG DẪN:
a) Hòa tan bột matcha với một chút nước nóng để tạo thành xi-rô.

b) Sữa nóng tạo bọt: Bạn có thể dùng máy đánh bọt sữa hoặc đun nóng trong nồi rồi cho sữa vào máy xay cùng với xi-rô để tạo hiệu ứng sủi bọt.

c) Thêm một ít trân châu bột sắn vào mỗi ly và đổ hỗn hợp lên trên.

75. Sinh Tố Matcha

Làm cho: 1 phần ăn

THÀNH PHẦN:
- 1 cốc sữa hạnh nhân
- 1 muỗng canh bột matcha
- 1 quả chuối hoặc dúa đông lạnh, xắt nhỏ
- Một ít trân châu khoai mì nấu chín, mỗi khẩu phần

HƯỚNG DẪN:
a) Cho sữa hạnh nhân, Matcha và chuối hoặc dúa đông lạnh vào máy xay tốc độ cao.
b) Xử lý cho đến khi sinh tố mịn và kem.
c) Thêm một ít trân châu bột sắn vào mỗi ly và đổ hỗn hợp lên trên.

76. Sinh tố cacao cải bó xôi

Làm cho: 2

THÀNH PHẦN:
- 2 chén rau bina
- 1 chén quả việt quất, đông lạnh
- 1 muỗng canh bột ca cao đen
- ½ cốc sữa hạnh nhân không đường
- ½ cốc đá xay
- 1 muỗng cà phê mật ong
- 1 muỗng canh bột matcha
- Một ít trân châu khoai mì nấu chín, mỗi khẩu phần

HƯỚNG DẪN:
a) Kết hợp trong máy xay sinh tố
b) Thêm một ít trân châu bột sắn vào mỗi ly và đổ hỗn hợp lên trên.
c) Phục vụ

77. Vanilla Matcha bơ lắc

Làm cho: 2

THÀNH PHẦN:
- 1½ cốc sữa hạnh nhân
- 2 muỗng bột protein vani
- ¼ muỗng cà phê chiết xuất vani
- ½ quả bơ bỏ hạt và bóc vỏ
- 2 muỗng cà phê bột matcha
- 1 nắm rau mồng tơi
- Một ít trân châu khoai mì nấu chín, mỗi khẩu phần

HƯỚNG DẪN:
a) Xay đến khi mịn.
b) Hương vị và điều chỉnh đá hoặc nguyên liệu nếu cần.
c) Thêm một ít trân châu bột sắn vào mỗi ly và đổ hỗn hợp lên trên.

78. Sinh tố matcha, maca, hạt lanh và tahini

Làm cho: 1 ly

THÀNH PHẦN:
- ½ cốc sữa thực vật
- 1 quả chuối lớn
- ½ chén quả việt quất đông lạnh
- ½ chén quả mâm xôi tươi
- 1 muỗng cà phê bột matcha
- 1 muỗng cà phê hạt lanh xay
- 1 muỗng cà phê maca
- 1 muỗng cà phê tahini
- Một ít trân châu khoai mì nấu chín, mỗi khẩu phần

HƯỚNG DẪN:
a) Đặt tất cả các thành phần với nhau trong một cái bình để trộn.
b) Trộn cho đến khi sinh tố kem.
c) Thêm một ít trân châu bột sắn vào mỗi ly và đổ hỗn hợp lên trên.
d) Rắc thêm một ít hạt lanh hoặc quả mọng tươi.
e) Phục vụ tốt nhất ngay lập tức.

79. Sinh tố Matcha Probiotic Kefir

Làm cho: 1

THÀNH PHẦN:
- Một ít trân châu khoai mì nấu chín, mỗi khẩu phần
- 1 muỗng cà phê bột matcha
- 300ml nước cốt dừa kefir
- cải xoăn nhỏ hoặc rau bina
- ½ quả bơ
- 1 quả chuối
- 1 muỗng canh bột collagen
- 1 muỗng canh hạt hướng dương
- 1 muỗng cà phê hạt lanh
- 3 viên đá

HƯỚNG DẪN:
a) Cho tất cả nguyên liệu vào máy xay sinh tố và xay cho đến khi mịn.
b) Thêm một ít trân châu bột sắn vào mỗi ly và đổ hỗn hợp lên trên.
c) Trang trí với hoa ăn được và dừa nạo sấy.

80. Sinh Tố Matcha Chuối Sô Cô La

Làm cho: 2

THÀNH PHẦN:
- Một ít trân châu khoai mì nấu chín, mỗi khẩu phần
- ½ muỗng cà phê bột matcha
- 2 muỗng canh bột ca cao siêu mịn
- 1 quả chuối
- ½ quả bơ
- 2 ngày Medjool
- 1 ½ cốc sữa không sữa

HƯỚNG DẪN:
a) Thêm tất cả các thành phần vào máy xay sinh tố và trộn cho đến khi mịn.
b) Thêm một ít trân châu bột sắn vào mỗi ly và đổ hỗn hợp lên trên.
c) Phục vụ với một ít ngòi cacao nếu muốn.

81. Sinh Tố Matcha Bơ

làm cho: 3

THÀNH PHẦN:
- Một ít trân châu khoai mì nấu chín, mỗi khẩu phần
- ½ quả bơ, bóc vỏ và cắt khối
- ⅓ dưa chuột
- 2 chén rau bina
- 1 cốc nước cốt dừa
- 1 cốc sữa hạnh nhân
- 1 muỗng cà phê bột matcha
- ½ nước cốt chanh
- ½ muỗng bột protein vani
- ½ muỗng cà phê hạt chia

HƯỚNG DẪN:
a) Xay thịt bơ với dưa chuột và các thành phần còn lại trong máy xay sinh tố cho đến khi mịn.
b) Thêm một ít trân châu bột sắn vào mỗi ly và đổ hỗn hợp lên trên.
c) Phục vụ.

82. Matcha Cải Xoăn

Làm cho: 2

THÀNH PHẦN:
- 2 chén cải xoăn
- 1 chén quả việt quất, đông lạnh
- 1 muỗng canh bột ca cao đen
- ½ chén nước cốt dừa không đường
- ½ cốc đá xay
- 1 muỗng cà phê mật ong
- 1 muỗng canh bột Matcha
- Một ít trân châu khoai mì nấu chín, mỗi khẩu phần

HƯỚNG DẪN:
a) Kết hợp trong máy xay sinh tố
b) Thêm một ít trân châu bột sắn vào mỗi ly và đổ hỗn hợp lên trên.
c) Phục vụ

83. Matcha Rum Lắc

Làm cho: 2

THÀNH PHẦN:
- 1½ cốc sữa hạnh nhân
- 2 muỗng cà phê bột matcha
- ¼ muỗng cà phê chiết xuất rượu rum
- ½ quả bơ bỏ hạt và bóc vỏ
- Một ít trân châu khoai mì nấu chín, mỗi khẩu phần

HƯỚNG DẪN:
a) Xay đến khi mịn.
b) Thêm một ít trân châu bột sắn vào mỗi ly và đổ hỗn hợp lên trên.
c) Hương vị và điều chỉnh đá hoặc nguyên liệu nếu cần.

84. Sinh Tố Matcha Dừa

Làm cho: 2

THÀNH PHẦN:
- Đá + nước cốt dừa
- 1 Muỗng sữa chua sinh tố
- Một ít trân châu khoai mì nấu chín, mỗi khẩu phần
- 1 muỗng nhỏ bột Matcha

HƯỚNG DẪN:
a) Cho đầy đá vào cốc, ngang miệng cốc
b) Đổ sữa lên đá
c) Đổ lượng chứa trong cốc vào cối xay sinh tố
d) Thêm sinh tố và matcha
e) Đậy nắp thật chặt sau đó trộn cho đến khi mịn.
f) Thêm một ít trân châu bột sắn vào mỗi ly và đổ hỗn hợp lên trên.

85. Sinh Tố Matcha Dâu Tây

Làm cho: 2

THÀNH PHẦN:
- Đá + sữa
- 1 muỗng nhỏ bột Matcha
- 2 máy bơm xi-rô dâu không đường
- 1 muỗng sinh tố sô cô la trắng
- Một ít trân châu khoai mì nấu chín, mỗi khẩu phần

HƯỚNG DẪN:
a) Cho đầy đá vào cốc, ngang miệng cốc
b) Đổ sữa lên đá
c) Đổ lượng chúa trong cốc vào cối xay sinh tố
d) Thêm bột matcha, xi-rô và sinh tố
e) Xay đến khi mịn.
f) Thêm một ít trân châu bột sắn vào mỗi ly và đổ hỗn hợp lên trên.

CÔNG THỨC SỬ DỤNG TRÀ BOBA

86. Chai-Kẹo Sữa Dừa Boba Kem

Làm cho: 10

THÀNH PHẦN:
- 1 cốc Boba đã chuẩn bị (3/4 cốc khô Làm 1 cốc nấu chín)
- 8 ounce Chai đậm đặc
- 8 ounce nước cốt dừa
- 10 que kem

HƯỚNG DẪN:
a) Để chuẩn bị trân châu: Làm theo hướng dẫn trên bao bì hoặc nếu mua với số lượng lớn, hãy kết hợp ¾ cốc trân châu khô với 6 cốc nước sôi. Khi trân châu bắt đầu nổi (chỉ trong vài phút), vặn lửa ở mức trung bình và để lửa liu riu trong 12 phút. Sau 12 phút, tắt bếp và ngâm trân châu trong nước nóng thêm 15 phút nữa. Tẩy bằng thìa rãnh.

b) Kết hợp boba, chai và nước cốt dừa trong một cái bát hoặc lọ và để yên trong 30 phút.

c) Sau ba mươi phút, lọc chất lỏng ra khỏi boba, giữ lại chất lỏng. Dùng muỗng múc đều trân châu trong khuôn kem.

d) Cho hỗn hợp sữa chai vào cốc đo lường hoặc hộp đựng khác có vòi để rót dễ dàng hơn. Đổ đều chai vào khuôn kem.

e) Đặt nắp khuôn kem lên trên các khuôn đã đổ đầy. Thêm một tờ giấy bạc trên nắp để giúp cố định que kem. Chèn que vào khuôn và đặt vào tủ đông. Đóng băng hoàn toàn.

f) Để lấy kem que ra khỏi khuôn, hãy đặt khuôn (không phải phần trên cùng của que) dưới nước nóng trong vài giây cho đến khi kem que dễ dàng lấy ra.

87. Sinh tố xoài trân châu

THÀNH PHẦN:

- 2 quả xoài
- 1 cốc hoặc nhiều đá xay
- 1-2 muỗng canh sữa đặc có đường
- 1/2 chén boba nấu chín

HƯỚNG DẪN:

a) Nấu boba như hướng dẫn. Sau đó rửa sạch bằng nước lạnh và đặt sang một bên.

b) Xay xoài, sữa đặc có đường và đá viên.

c) Cho trân châu vào ly cao, sau đó rót sinh tố xoài vào. Sử dụng ống hút lớn và thưởng thức nó. Nó rất tốt cho mùa hè và thời tiết nóng bức.

88. Sữa lắc Black Forest Boba

THÀNH PHẦN:
- Sữa uống sô cô la 110 ml
- 3 muỗng sữa bột
- 2 muỗng bột rừng đen
- Vài muỗng đá bào
- Và một vài muỗng trân châu trân châu

HƯỚNG DẪN:
a) Lắc mọi thứ trong cốc có nắp đậy.
b) Cuối cùng là đá và trân châu trân châu.

89. Pudding chấm bi

THÀNH PHẦN:

- 3/4 chén trân châu bột sắn cho trà sữa nhiều màu
- 1 quả trứng
- 5 lòng đỏ trứng
- 2 chén kem nhẹ
- 1/3 chén đường
- 1 muỗng cà phê chiết xuất vani

HƯỚNG DẪN:

a) Bắt đầu bằng cách chuẩn bị trứng của bạn, đánh chúng cho đến khi hòa quyện và hơi nổi bọt. Đặt chúng ở bên cạnh khu vực nấu ăn của bạn, bạn sẽ cần có thể lấy chúng sau này.

b) Thêm một ít nước vào đáy nồi hơi đôi và đặt sang một bên để sử dụng sau.

c) Đặt các viên bi vào nồi trên cùng của nồi hơi đôi và thêm kem và đường. Tại thời điểm này, bạn đang làm việc với nồi trực tiếp trên bếp. Ở lửa vừa, nấu khoai mì cho đến khi dẻo, bạn có thể đã ăn hoặc chưa ăn trước đó, nhưng chúng sẽ dẻo và dẻo khi sẵn sàng.

d) Khi bột sắn đã chín, lọc lấy khoảng 20 hạt trân châu và để riêng vào một cái bát.

e) Bây giờ bạn sẽ ủ trứng. Trong món sữa trứng, nếu bạn đun trứng quá nhanh, chúng sẽ bị vón cục và hơi giống trứng bác trong món bánh pudding của bạn, nhưng điều này rất dễ tránh.

f) Giải pháp: Trong khi đánh trứng, thêm từ từ khoảng 1/3 hỗn hợp kem và đường vào trứng. Bây giờ, đặt phần còn lại của hỗn hợp kem và đường lên bếp nguội, đặt nồi dưới cùng của nồi hơi đôi của bạn lên bếp nóng.

g) Đặt hỗn hợp nóng lên trên nồi đun đôi, bây giờ nồi trên của bạn không thể quá nóng và làm cháy bánh pudding.

h) Trong khi đánh, lấy hỗn hợp trứng đã ủ ấm và từ từ thêm trứng vào kem.

i) Bánh pudding sẽ bắt đầu đặc lại sau khoảng 10 phút, khi nó bắt đầu trông giống như bánh pudding khi bạn trộn thì bánh đã sẵn sàng. Đổ vào cốc hoặc bát phục vụ của bạn. Bây giờ, hãy lấy những viên trân châu còn sót lại và đặt chúng lên trên để thực sự thể hiện món khoai mì của bạn đặc biệt như thế nào.

j) Bạn cũng sẽ có thể nhìn thấy màu sắc từ các bên một chút và khi ăn.

k) Thưởng thức, ấm hoặc mát.

90. Bánh Trà Sữa Trân Châu

Làm: bánh 6 inch ba lớp

THÀNH PHẦN:
BÁNH TRÀ SỮA:
- $\frac{3}{4}$ cốc sữa nguyên chất
- 6 túi trà đen, hoặc 7 muỗng cà phê trà đen dạng lá
- 2 $\frac{1}{2}$ chén bột làm bánh
- 1 $\frac{1}{4}$ chén đường cát
- 2 muỗng cà phê bột nở
- $\frac{1}{2}$ muỗng cà phê muối kosher
- 1 chén bơ không ướp muối, làm mềm
- 3 quả trứng lớn
- 1 lòng trắng trứng lớn

SYRUP ĐƠN GIẢN TRÀ ĐEN:
- $\frac{1}{2}$ cốc nước
- $\frac{1}{2}$ chén đường nâu nhạt (100 g), đóng gói
- 2 túi trà đen, hoặc 2 $\frac{1}{3}$ thìa trà đen lá rời

TRÀ ĐEN SỮA ĐẬM ĐẶC:
- $\frac{1}{3}$ cốc sữa nguyên kem (76 g)
- 3 túi trà đen, hoặc 3 $\frac{1}{2}$ thìa trà đen lá rời

TRÀ SỮA KEM BƠ:
- 1 chén bơ không ướp muối, (227 g) nhiệt độ phòng
- 3 $\frac{1}{2}$ chén đường bánh kẹo (400 g)
- $\frac{1}{2}$ muỗng cà phê chiết xuất vani
- 3 muỗng canh trà đen sữa cô đặc
- một nhúm muối biển mịn

SOAKING SYRUP:
- $\frac{1}{4}$ chén trà đen xi-rô đơn giản
- 2 Muỗng trà đen cô đặc sữa

ĐƯỜNG NÂU NGỌC TRAI SÀI GÒN:
- 1 cốc bột sắn dây đen khô

- ½ chén đường nâu nhạt (100 g), đóng gói

HƯỚNG DẪN:
BÁNH TRÀ SỮA:
a) Đun sôi sữa. Thêm trà và ngâm trong 30 phút. Lọc ra trà. Vắt ra càng nhiều chất lỏng từ trà càng tốt. Đo chất lỏng còn lại. Thêm sữa bổ sung nếu cần cho đến khi bạn có ¾ cốc chất lỏng.
b) Làm nóng lò nướng ở nhiệt độ 350° F. Phết nhẹ bơ và bột mì vào ba khuôn bánh tròn 6 inch. Dòng với giấy da. Để qua một bên.
c) Trong tô của máy trộn đứng có gắn cánh khuấy, kết hợp 2 cốc bột mì (½ cốc dự trữ còn lại), đường, bột nở và muối. Chạy máy trộn trên tốc độ. Thêm bơ trong ba lần bổ sung. Tiếp tục trộn ở tốc độ thấp cho đến khi hỗn hợp vụn.
d) Trong một bát khác, kết hợp sữa pha trà, trứng và lòng trắng trứng. Thêm một nửa chất lỏng vào tô trộn. Trộn ở tốc độ trung bình cho đến khi kết hợp. Cạo xuống bát khi cần thiết để đảm bảo trộn kỹ. Thêm một nửa chất lỏng còn lại và trộn cho đến khi bột được kết hợp. Bột sẽ trông đông lại. Thêm ½ chén bột đã để riêng và trộn cho đến khi bột quyện lại với nhau.
e) Phân phối đều bột giữa các chảo bánh đã chuẩn bị. Nướng khoảng 30-35 phút cho đến khi tăm cắm vào giữa bánh rút ra tăm sạch. Để bánh nguội trong khuôn khoảng 10-15 phút. Chạy một thìa bù dọc theo các cạnh của chảo bánh để nới lỏng bánh. Đảo ngược bánh lên giá dây và để nguội đến nhiệt độ phòng.
SYRUP ĐƠN GIẢN TRÀ ĐEN:
f) Kết hợp nước và đường trong một nồi nước sốt nhỏ. Đun sôi cho đến khi đường tan hết. Loại bỏ nhiệt. Thêm trà và

ngâm trong 20 phút. Lọc ra trà. Để nguội đến nhiệt độ phòng và bảo quản trong tủ lạnh cho đến khi sẵn sàng sử dụng.

TRÀ SỮA ĐẬM ĐẶC:
g) Sữa ấm để đun nhỏ lửa. Loại bỏ nhiệt. Thêm túi trà và để yên trong 15 phút. Ép ra càng nhiều chất lỏng từ túi trà. Vứt bỏ túi trà. Giữ lạnh cho đến khi sẵn sàng để sử dụng.
h) Kem bơ trà sữa:
i) Trong tô của máy trộn đứng có gắn cánh khuấy (hoặc sử dụng máy trộn cầm tay bằng điện), đánh kem bơ cho đến khi mịn. Thêm đường bột và trộn cho đến khi kết hợp. Cạo xuống bát khi cần thiết. Thêm vani, muối và trà sữa cô đặc. Trộn cho đến khi kết hợp kỹ lưỡng.

SOAKING SYRUP:
j) Kết hợp xi-rô trà đen đơn giản và trà sữa cô đặc trước khi lắp bánh.

TAPIOCA PEARLS:
k) Đổ 5 cốc nước vào nồi nước sốt có đáy nặng. Đun sôi. Thêm trân châu bột sắn khô. Khuấy để kết hợp và phân phối ngọc trai. Để hỗn hợp tiếp tục sôi trong khoảng 40 phút. Tại thời điểm này, những viên ngọc trai sẽ trông sền sệt. Giảm nhiệt để đun nhỏ lửa và nấu thêm 15 phút nữa cho đến khi hạt đậu mềm và dai. Thêm đường nâu và tiếp tục đun nhỏ lửa cho đến khi đường tan hết. Tắt bếp và để trân châu khoai mì nguội. Khi hỗn hợp nguội đi, xi-rô sẽ đặc lại. Giữ ấm cho đến khi sẵn sàng sử dụng.

CUỘC HỢP:
l) Đặt một viên bánh tròn lên khay bánh (hoặc đĩa phục vụ). Chải lớp bánh với xi-rô ngâm. Phết một lớp kem bơ mỏng lên trên lớp bánh. Lặp lại với lớp bánh thứ hai và thứ ba.

m) Phết kem bơ xung quanh mặt ngoài của bánh để bị t kín mọi vụn bánh. Làm lạnh trong tủ lạnh trong 15 phút để thiết lập. Phủ thêm một lớp kem bơ mỏng nữa lên khắp mặt bánh.

n) Giữ lạnh bánh. Để bánh ở nhiệt độ phòng trong 15 phút trước khi ăn. Ngay trước khi cắt lát, thêm trân châu bột sắn ấm lên trên mặt bánh. Phục vụ các lát bánh có thêm trân châu bột sắn nếu muốn.

91. Trà Sữa Trân Châu Panna Cotta

Làm cho: 6

THÀNH PHẦN:
Trà Sữa Panna Cotta
- 3 muỗng canh nước
- 1 gói gelatin (0,25 oz) 8 g hoặc 4 tấm gelatin vàng
- 15 g lá trà đen
- 1 ½ cốc sữa nguyên kem
- ⅓ chén đường trắng hoặc đường nâu
- Một nhúm muối hào phóng
- 1 muỗng cà phê vani
- 1 ½ chén kem tươi 35% chất béo

NGỌC TRAI BOBA ĐƯỜNG NÂU
- ¾ chén đường nâu 150 g đường nâu
- 3 muỗng canh nước
- Chút muối
- ½ cốc trân châu trân châu Bạn có thể dùng trân châu trân châu nấu nhanh, trân châu thông thường hoặc tự làm

HƯỚNG DẪN:
TRÀ SỮA PANNA COTTA
a) Cho nước vào tô và rắc gelatin lên bề mặt. Dùng tăm trộn đều cho gelatin ngấm vào nước. Để ít nhất 10 phút cho gelatin ngấm.
b) Cho sữa vào nồi. Đun nóng sữa trên lửa vừa, đậy nắp.
c) Khi sữa sôi lăn tăn thì tắt bếp ngay và cho lá trà vào.
d) Khuấy lá trà trong sữa. Đậy nắp nồi và ngâm trà trong 10 - 15 phút.
e) Lọc sữa vào bình đong để tách lá trà. Nhẹ nhàng ấn lá trà để chiết xuất thêm một ít sữa.
f) Bạn sẽ nhận được khoảng 1 ¼ cốc sữa pha trà.

g) Rửa sạch xoong và cho sữa trở lại vào. Thêm đường, gelatin nở, muối và vani.

h) Đun hỗn hợp trên lửa vừa, khuấy đều để đường và gelatin tan hết. CHỈ đun nóng hỗn hợp cho đến khi đường và gelatin tan hết. KHÔNG để hỗn hợp sôi.

i) Khi đường và gelatin đã tan hết, bắc nồi ra khỏi bếp.

j) Khuấy kem đánh bông, sau đó chuyển sữa vào một cái bình lớn.

k) Chuẩn bị các món ăn có dung tích 6 x ½ cốc. Nếu bạn muốn mở khuôn panna cotta, hãy chọn khuôn kim loại hoặc khuôn silicon có thành mỏng. Bơ các mặt của những món ăn này với một lớp chất béo rất mỏng. (Nếu bạn không mở khuôn và chỉ bày panna cotta ra đĩa thì bạn không cần phải phết bơ lên các mặt đĩa đó).

l) Chia hỗn hợp panna cotta giữa sáu đĩa.

m) Để hỗn hợp đến nhiệt độ phòng. Bọc từng đĩa bằng màng bọc thực phẩm và đặt chúng lên khay. Chuyển khay này vào tủ lạnh và để panna cotta qua đêm.

NGỌC TRAI BOBA ĐƯỜNG NÂU

n) Bắt đầu nấu trân châu trân châu theo hướng dẫn trên bao bì.

o) Những viên trân châu trân châu tự làm này sẽ mất nhiều thời gian hơn để nấu, vì vậy bạn cần nấu chúng TRƯỚC KHI làm xi-rô.

p) Cho đường, muối và nước vào nồi.

q) Đun trên lửa vừa cao trong khi khuấy để làm tan đường.

r) Hạ lửa xuống mức trung bình và tiếp tục đun sôi xi-rô đường. Đun sôi xi-rô đường cho đến khi đặc và giống như xi-rô. Để qua một bên.

s) Cho trân châu trân châu đã luộc chín vào nước lạnh, sau đó để ráo nước.

t) Chuyển trân châu trân châu vào xi-rô đường nâu và khuấy đều. Để nguội cho đến khi trân châu chỉ còn hơi ấm.

MỞ KHUÔN PANNA COTTA

u) Chuẩn bị sẵn một bát nước ấm. Hạ khuôn panna cotta xuống nước.

v) Xoay nhẹ khuôn trong nước vài giây.

w) Lật khuôn trên đĩa phục vụ và lắc nhẹ. Thao tác này sẽ giúp panna cotta từ từ thoát ra khỏi khuôn. Nếu không, hãy đặt nó trở lại bát nước ấm trong vài giây nữa.

x) Cho một ít trân châu trân châu đường nâu lên trên panna cotta trà sữa. Nếu bạn muốn panna cotta ngọt hơn, hãy cho một ít xi-rô đường nâu lên trên.

92. bánh cupcake trà trân châu

Số lượng: 12 chiếc bánh cupcake

THÀNH PHẦN:
CHUẨN BỊ TRÀ TRUYỀN:
- 1 chén bơ không ướp muối
- 1 cốc sữa nguyên chất
- 8 túi trà đen

BÁNH BÚP BÊ:
- $\frac{1}{2}$ tách trà pha sữa, nhiệt độ phòng
- 3 lòng trắng trứng lớn, nhiệt độ phòng
- 1 muỗng cà phê chiết xuất vani nguyên chất
- $\frac{1}{2}$ tách trà ngâm bơ, nhiệt độ phòng, làm mềm
- $\frac{3}{4}$ cốc (154 g) đường hạt
- 1 $\frac{1}{2}$ cốc (195 g) bột làm bánh
- 2 muỗng cà phê bột nở
- $\frac{1}{4}$ muỗng cà phê muối kosher

BOBA ĐƯỜNG NÂU:
- 1 chén bột sắn khô
- $\frac{1}{2}$ chén đường nâu đậm

TRÀ SỮA KEM BƠ:
- $\frac{1}{2}$ chén bơ ngâm trà
- 3 chén đường bột
- 1 muỗng cà phê chiết xuất vani nguyên chất
- nhúm muối kosher
- 3 muỗng canh trà pha sữa

HƯỚNG DẪN:
CHUẨN BỊ TRÀ TRUYỀN:
a) BƠ: Trong nồi nước sốt có đáy dày, đun chảy bơ trên lửa nhỏ. Sau khi tan chảy hoàn toàn, thêm 4 túi trà đen. Loại bỏ nhiệt. Đậy nắp nồi và ngâm trà trong 30 phút.

b) Đặt lại nồi ở nhiệt độ thấp. Đun chảy lại bơ. Sau khi bơ tan chảy, bắc ra khỏi bếp, đậy nắp nồi và ngâm trà thêm 30 phút nữa.

c) Đặt lại nồi ở nhiệt độ thấp cho đến khi bơ tan chảy. Loại bỏ nhiệt. Lọc túi trà và vắt ra càng nhiều chất lỏng càng tốt. Vứt bỏ túi trà đã qua sử dụng. Đổ bơ đã ngâm trà vào hộp an toàn chịu nhiệt. Đậy nắp và để lạnh trong tủ lạnh cho đến khi đặc lại, tốt nhất là để qua đêm.

d) SỮA: Trong nồi nước sốt có đáy dày, đun sôi sữa. Thêm 4 túi trà đen. Khuấy và để nhỏ lửa trong 1-2 phút. Loại bỏ nhiệt. Đậy nắp nồi và ngâm trà trong 30 phút.

e) Lọc túi trà và vắt ra càng nhiều chất lỏng càng tốt. Vứt bỏ túi trà đã qua sử dụng. Rót trà sữa vào hộp giữ nhiệt an toàn. Đậy nắp và để lạnh trong tủ lạnh cho đến khi lạnh, tốt nhất là qua đêm.

BÁNH BÚP BÊ:

f) Làm nóng lò ở 350°F. Dòng hộp muffin kích thước tiêu chuẩn với giấy lót. Để qua một bên.

g) Trong một cái bát nhỏ, đánh cùng ½ cốc sữa đã pha trà, lòng trắng trứng và vani. Để qua một bên.

h) Trong tô của máy trộn đứng có gắn cánh khuấy (hoặc sử dụng máy trộn cầm tay), trộn đều ½ cốc (113g) bơ ngâm trà và ¾ cốc đường cho đến khi mịn. Thêm hỗn hợp sữa-trứng lỏng. Trộn ở tốc độ trung bình cho đến khi kết hợp. Lúc đầu, hỗn hợp có thể bị vón cục. Tiếp tục trộn cho đến khi kết hợp. Cạo xuống bát khi cần thiết để đảm bảo trộn kỹ.

i) Trong một bát lớn, trộn đều bột bánh, bột nở và muối. Thêm hai lần vào tô trộn, trộn ở tốc độ thấp. Cạo xuống bát khi cần thiết.

j) Chia đều bột bánh cupcake vào khuôn bánh muffin đã chuẩn bị, lấp đầy khoảng ⅔ khuôn lót giấy. Nướng khoảng

20-25 phút cho đến khi tăm cắm vào giữa bánh cupcake rút ra sạch. Xoay hộp bánh nướng xốp giữa chừng để nướng chín đều. Để bánh cupcake nguội trong hộp thiếc trong 10 phút trước khi mở khuôn. Để bánh nướng nhỏ nguội hoàn toàn trên giá dây. Cupcakes có thể được đóng băng sau khi làm mát đến nhiệt độ phòng.

BOBA ĐƯỜNG NÂU:

k) Đổ 5 cốc nước vào nồi nước sốt có đáy nặng. Đun sôi. Thêm vào 1 cốc trân châu bột sắn khô. Khuấy để kết hợp và phân phối ngọc trai. Để hỗn hợp tiếp tục sôi trong khoảng 35-40 phút, cho đến khi trân châu trông sền sệt.

l) Hạ nhỏ lửa và nấu thêm 15 phút nữa cho đến khi trân châu mềm và dai. Thêm đường nâu và tiếp tục đun nhỏ lửa cho đến khi đường tan hết. Loại bỏ nhiệt và để nguội một chút. Khi hỗn hợp nguội đi, xi-rô đặc lại. Giữ ấm cho đến khi sẵn sàng sử dụng.

TRÀ SỮA KEM BƠ:

m) Đong bơ ngâm trà còn lại. Bạn sẽ còn lại khoảng 2 oz/57 g (¼ cốc). Thêm một lượng bơ không muối đã được làm mềm vừa đủ cho đến khi bạn có tổng cộng 4 oz/113 g (½ cốc) bơ.

n) Trong bát của máy trộn đứng có gắn cánh khuấy (hoặc sử dụng máy trộn cầm tay), đánh kem bơ cho đến khi mịn. Thêm đường bột vào ba lần bổ sung. Trộn ở tốc độ thấp cho đến khi kết hợp hoàn toàn. Cạo xuống các cạnh của bát khi cần thiết.

o) Thêm vani, một chút muối và 3 muỗng canh sữa ngâm trà còn lại. Trộn ở tốc độ trung bình cho đến khi mịn. Nếu kem bơ quá dày, hãy thêm 1 muỗng canh sữa pha trà. Sử dụng ngay lập tức hoặc đậy nắp cho đến khi sẵn sàng sử dụng.

CUỘC HỢP:

p) Sau khi bánh nướng nhỏ đã nguội, hãy dùng khuôn cắt bánh quy tròn nhỏ (hoặc dụng cụ cắt lõi táo, dụng cụ nặn dưa hoặc phần đầu mập của đầu đường ống) để đục lỗ nông trên mỗi chiếc bánh nướng nhỏ.

q) Thìa khoảng 2 thìa cà phê đường nâu ấm đã lọc vào từng hốc. (Không cho quá nhiều chất lỏng vì sẽ làm bánh cupcake quá ngọt.)

r) Sử dụng một muỗng bánh quy vừa để phủ kem bơ trà sữa lên khoang bánh. Sử dụng thìa bù nhỏ (hoặc mặt sau của thìa) để phết kem bơ. Tạo một miệng hố nhỏ ở giữa lớp kem phủ, cho phép các cạnh của bánh cupcake có các cạnh cao hơn tâm của bánh cupcake. Điều này sẽ phục vụ như một rào cản.

s) Muỗng khoảng một lượng nhỏ trân châu đường nâu ấm áp trên lớp phủ sương. Thưởng thức ngay!!

93. Bánh quế Boba Mochi

THÀNH PHẦN:

- 1 1/4 chén bột gạo nếp (Mochiko)
- 1/4 chén đường nâu sẫm
- 1 muỗng cà phê bột nở
- một giọt chiết xuất vani (tùy chọn)
- nhúm muối hoặc 1/2 muỗng cà phê miso (tùy chọn)
- 1 trứng lớn
- 3/4 cốc sữa (sữa thực vật được sử dụng cho bánh quế không sữa)
- Khoảng 1 muỗng canh bột ca cao đen

HƯỚNG DẪN:

a) Đơn giản chỉ cần trộn tất cả các thành phần với nhau trong máy xay cho đến khi kết hợp tốt. Tùy chọn để bột nghỉ trong tủ lạnh khoảng 30 phút (và tối đa qua đêm).

b) Thực hiện theo hướng dẫn của nhà sản xuất khi sử dụng máy làm bánh quế của bạn. Nhớ xịt bằng bình xịt chảo trước và bạn sẽ có đủ bột để làm khoảng 4 chiếc bánh quế.

94. bánh mì nướng trà bong bóng

Làm cho: 2

THÀNH PHẦN:
- 2 lát bánh mì
- 50g kem tươi
- 50g kem phô mai
- 20g bơ mặn
- 20g đường
- 10g Bột Trà Sữa Cổ Điển
- 75g trân châu bột sắn

HƯỚNG DẪN:
a) Đánh đều đường, bột trà sữa Classic và kem tươi cho đến khi hỗn hợp đặc lại. Thêm phô mai kem và đánh thêm cho đến khi hình thành các đỉnh mềm.
b) Bơ một mặt của mỗi lát bánh mì và nướng mặt bơ ở nhiệt độ thấp. (Ngoài ra, bạn có thể thêm nhân và nướng bánh sandwich bằng máy nướng bánh mì.)
c) Lò vi sóng Instant Tapioca Pearls trong 30 giây.
d) Kẹp nhân kem, Bột sắn dây ăn liền vào giữa các mặt không phết bơ của bánh mì nướng.
e) Cắt thành hình tam giác và nhét vào!

95. Trà Thái Bánh Boba

Số lượng: 7 cái bánh

THÀNH PHẦN:
TRÀ THÁI Mãng cầu
- 1 ½ cốc sữa nguyên chất (360 mL)
- 2 túi trà Thái
- 3 lòng đỏ trứng lớn, nhiệt độ phòng
- ¼ chén đường cát (50 g)
- ¼ cốc sữa đặc có đường (60 g)
- 1 muỗng canh bột bắp

BÁNH MÌ
- 3 quả trứng lớn, lạnh, tách riêng lòng trắng và lòng đỏ
- 2 muỗng canh đường cát
- ¼ muỗng cà phê muối kosher
- 1 cốc sữa nguyên chất (240 mL)
- ¼ chén bơ không ướp muối (55 g), đun chảy
- 1 ½ chén bột làm bánh (185 g)
- ½ muỗng cà phê bột nở
- bình xịt nấu ăn chống dính, để bôi trơn
- 2 muỗng canh hạt vừng đen
- 7 oz trân châu trân châu (200 g), nấu chín hoặc mua ở cửa hàng

HƯỚNG DẪN:
a) Làm sữa trứng trà Thái: Cho sữa và túi trà Thái vào nồi nhỏ. Hâm nóng trên lửa nhỏ cho đến khi sữa bắt đầu sôi lăn tăn, khoảng 5 phút. Dùng thìa cao su ấn nhẹ các túi trà vào thành ấm để tất cả hương vị được giải phóng vào sữa. Tắt bếp, lấy túi trà ra và để sữa đã pha nguội đến nhiệt độ phòng, khoảng 10 phút.

b) Trong một bát vừa, đánh lòng đỏ trứng, đường, sữa đặc có đường và bột ngô cho đến khi kết hợp hoàn toàn và hỗn hợp chuyển sang màu vàng nhạt.

c) Vừa đánh liên tục để trứng không bị vón cục, vừa đổ từ từ sữa đã pha vào hỗn hợp lòng đỏ trứng. Đổ sữa trứng trở lại nồi dùng để ngấm sữa và nấu trên lửa vừa, khuấy liên tục để tránh vón cục, trong 3-4 phút, cho đến khi đặc lại. Lọc sữa trứng vào một cái bát chịu nhiệt vừa phải và bọc bằng màng bọc thực phẩm, ấn trực tiếp lên bề mặt để tránh tạo thành lớp vỏ. Chuyển sang tủ đông để làm lạnh trong 20 phút, hoặc để tủ lạnh qua đêm.

d) Làm bánh bông lan: Trong một bát vừa, đánh lòng trắng trứng bằng máy đánh trứng cầm tay ở tốc độ trung bình cho đến khi tạo thành chóp mềm, 1-2 phút.

e) Trong một tô lớn, đánh lòng đỏ trứng và đường cho đến khi hỗn hợp chuyển sang màu vàng nhạt. Thêm muối, sữa và bơ tan chảy và đánh đều để kết hợp.

f) Rây bột mì và bột nở vào hỗn hợp lòng đỏ trứng rồi trộn đều.

g) Sử dụng thìa cao su, nhẹ nhàng cho từng chút lòng trắng trứng vào bột, chú ý không làm xẹp bột.

h) Làm nóng chảo bánh xe trên lửa nhỏ. Thoa đều dầu mỡ vào chảo, cũng như thước đo $\frac{1}{4}$ cốc và thước đo 1 muỗng canh, bằng bình xịt chống dính.

i) Thêm một chút hạt mè đen vào mỗi cốc bánh. Sử dụng cốc đo đã bôi mỡ, múc $\frac{1}{4}$ cốc bột vào mỗi cốc. Sử dụng mặt sau của một chiếc đũa, xoay bột xung quanh để nó bao phủ các cạnh của cốc cho đến các cạnh trên cùng. Nấu trong 1-2 phút, cho đến khi các mặt bắt đầu sủi bọt và đông lại.

j) Sử dụng thước đo muỗng canh bôi trơn, thêm 2 muỗng canh trân châu vào giữa hai chiếc bánh. Thêm 2 thìa sữa trứng trà Thái vào mỗi chiếc bánh còn lại. Tiếp tục tráng bánh, dùng đũa xoay để bánh chín đều và không bị dính chảo, đến khi bánh chín vàng và được $\frac{3}{4}$ khuôn, thêm 2-3 phút nữa.

k) Sử dụng thìa bù để lật những chiếc bánh có trân châu lên trên những chiếc bánh có nhân trà, nhẹ nhàng ấn xuống để kẹp hai nửa bánh lại với nhau. Tiếp tục nấu trong 1-2 phút, cho đến khi bánh chín vàng đều hai mặt. Lấy bánh ra khỏi chảo và lặp lại với phần bột và nhân còn lại để có tổng cộng 7 chiếc bánh.

l) Thưởng thức!

96. Tarts trứng với trân châu đường nâu

Làm cho : 12

THÀNH PHẦN:
PASTRY DOUGH
- 1,5 chén bột làm bánh
- 1/4 chén đường
- 1/8 muỗng cà phê muối
- 8 muỗng canh bơ không ướp muối (làm mềm ở nhiệt độ phòng)
- Nước
- Bơ không ướp muối bổ sung (để bôi trơn)

ĐỔ ĐẦY:
- 3/4 chén nước
- 1/4 chén đường
- 3 quả trứng lớn (đã đánh)
- 1/4 cốc sữa cô đặc
- 1/2 muỗng cà phê chiết xuất vani
- 1/4 chén đường nâu
- 3/4 chén trân châu

HƯỚNG DẪN:
PASTRY DOUGH

a) Trong một bát lớn, trộn đều bột mì, đường và muối. Sau đó thêm bơ không muối. Trộn đều tất cả các thành phần với nhau bằng thìa và/hoặc tay của bạn. Nếu bột quá khô, hãy thêm một muỗng canh nước (hoặc nhiều hơn nếu cần). Nếu bột trở nên quá ướt, hãy rắc thêm bột nếu cần. Bột không cần phải mịn hoàn hảo nhưng phải có kết cấu đồng đều. Bọc bằng bọc nhựa trong tủ lạnh ít nhất 30 phút.

ĐỔ ĐẦY:

b) Trong khi bột đang được làm lạnh, bắt đầu làm nhân. Trong một nồi nhỏ, đun sôi 3/4 nước và đường cho đến khi đường tan. Tắt bếp và để chất lỏng nguội bớt.

c) Khi nước đường nguội, cho trứng đã đánh tan, sữa đặc và thêm vani vào. Đánh đều tất cả các thành phần với nhau. Dùng rây lọc, đổ hỗn hợp trứng qua. Nếu cần, sử dụng máy đánh trứng để khuấy chất lỏng để giúp đẩy hỗn hợp trứng qua lưới lọc. Để qua một bên.

d) Làm boba của bạn bằng cách làm theo hướng dẫn trên bao bì. Khi boba đã hoàn thành, trộn vào khoảng 4 muỗng canh nước và 2 muỗng canh đường nâu. Để qua một bên.

Cuộc họp:

e) Làm nóng lò ở nhiệt độ 400 độ F. Nên đặt giá nướng ở giữa lò.

f) Chuẩn bị sẵn hộp thiếc hoặc chảo muffin cá nhân của bạn. Mỡ với bơ không muối.

g) Lấy bột bánh ngọt ra khỏi tủ lạnh và màng bọc thực phẩm. Chia bột thành nhiều phần nhỏ hơn (nên làm khoảng 4 phần). Lót giấy nến lên trên khối bột rồi dùng cây lăn để dàn phẳng khối bột. Dùng khuôn cắt bánh quy tròn để cắt bột (khuôn này phải đủ lớn để vừa với hộp thiếc của bạn. Đặt bột đã cắt vào khuôn thiếc hoặc khuôn muffin. Nhấn bột xuống để tạo hình vào khuôn và che các vết nứt.

h) Lặp lại cho tất cả các phần bột cho đến khi bạn hết bột.

i) Sau đó, bắt đầu đổ hỗn hợp trứng vào hộp thiếc của bạn. Bạn chỉ nên đổ đầy vừa đủ đến phần trên cùng của bột.

j) Thêm khoảng 3-4 quả bóng boba vào mỗi hỗn hợp trứng.

k) Đặt hộp thiếc hoặc chảo muffin của bạn vào lò nướng. Nướng trong 15-20 phút (hoặc cho đến khi các cạnh bánh giòn và vàng, và kết cấu hỗn hợp trứng trở nên giống như thạch).

l) Lấy ra khỏi lò và để nguội trong vài phút. Sau đó cẩn thận chuyển bánh trứng ra khay hoặc đĩa phục vụ.

m) Thêm một thìa nhỏ đường nâu lên trên mỗi chiếc bánh trứng (khoảng 1/8 thìa cà phê). Dùng đèn khò để hơ nhẹ đường nâu và xung quanh vỏ bánh.

n) Top off với boba còn lại. Phục vụ ấm áp.

97. Trà Sữa Flan Trân Châu

Làm cho: 6

THÀNH PHẦN:
BOBA:
- 1/4 chén đường nâu nhạt hoặc đậm
- 1/4 chén nước
- 1/2 chén trân châu bột sắn màu đen hoặc trắng

BÁNH FLAN:
- 1 3/4 cốc kem nặng
- 1 cốc sữa nguyên chất
- 5 túi trà đen
- Chút muối
- 1/4 chén cộng với 3 muỗng canh, đường cát trắng
- 3 quả trứng lớn
- 2 lòng đỏ trứng lớn

CARAMEL TRÊN TRÊN:
- 1 chén đường chia
- 1/4 chén nước

HƯỚNG DẪN:

a) Để làm boba: Trong một cái chảo nhỏ, kết hợp đường và nước và đun nóng cho đến khi đường tan. Để qua một bên. Tiếp theo, nấu trân châu, làm theo hướng dẫn ở mặt sau của túi trân châu. Của tôi là boba nấu nhanh và các hướng dẫn đã được đưa ra. Vớt trân châu ra và rửa sạch bằng nước mát để ngừng nấu rồi chuyển sang xi-rô đường nâu.

b) Để làm bánh flan: Trộn kem, sữa và muối trong một cái chảo nặng vừa. Đun sôi trên lửa vừa. Tắt bếp và thêm các túi trà vào, đậy nắp và ngâm trong 30 phút. Loại bỏ túi trà và loại bỏ.

c) Đặt giá ở giữa lò và làm nóng trước đến 325°F.

d) Đánh trứng, lòng đỏ trứng và đường trong tô vừa cho đến khi hòa quyện. Thêm 1/4 cốc hỗn hợp sữa vào trứng đã đánh và trộn đều. (Điều này sẽ làm cho nhiệt độ của trứng gần bằng nhiệt độ của hỗn hợp sữa.) Thêm tất cả hỗn hợp trứng vào hỗn hợp sữa và đánh nhẹ nhàng mà không tạo nhiều bọt. Đổ măng cầu qua một cái rây nhỏ để loại bỏ bất kỳ mảnh trứng nào. Để qua một bên.
e) Để làm caramen: Trộn đường và nước trong một cái chảo nặng vừa. Khuấy trên lửa nhỏ cho đến khi đường tan. Tăng nhiệt lên cao và nấu mà không cần khuấy cho đến khi xi-rô chuyển sang màu hổ phách đậm và thỉnh thoảng xoay chảo trong khoảng 7-8 phút. Nhanh chóng rót caramen vào sáu cốc ramekins hoặc cốc sữa trứng 3/4 cốc. Sử dụng găng tay lò nướng để hỗ trợ, ngay lập tức nghiêng từng ramekin để phủ các mặt. Đặt ramekins vào chảo nướng 13x9x2 inch.
f) Đổ sữa trứng vào các ramekin đã chuẩn bị, chia đều (hỗn hợp sẽ lấp đầy các ramekin). Chuyển đĩa nướng sang giá đỡ lò nướng và đổ nước vào đĩa nướng sao cho ngập đến nửa mặt của ramekins. Nướng cho đến khi trung tâm của bánh flan được thiết lập nhẹ nhàng, khoảng 30 phút. Chuyển bánh flan ra giá và để nguội. Làm lạnh cho đến khi lạnh, khoảng 2 giờ. Che và làm lạnh qua đêm. (Có thể làm trước 2 ngày.) Để phục vụ, dùng dao nhỏ sắc xung quanh bánh flan để nới lỏng. Lật lại trên đĩa. Lắc nhẹ để bánh flan chảy ra.
g) Cẩn thận nhấc ramekin ra để xi-rô caramel chảy qua bánh flan.
h) Lặp lại với những chiếc bánh flan còn lại và cuối cùng, rắc trân châu lên trên.

98. Kẹo dẻo dưa hấu

Làm cho: 9

THÀNH PHẦN:
- 4 chén dưa hấu (hoặc khoảng ½ quả dưa hấu)
- 1 lon kem dừa
- 1/2 chén trân châu bột sắn
- 4 Tbsp mật ong tùy chọn
- 1/3 chén đường nâu (có thể thêm nếu muốn ngọt hơn)

HƯỚNG DẪN:
a) Trong một cái chảo nhỏ, đun sôi 2 cốc nước. Cho trân châu bột sắn vào và đun sôi trong 5 phút (hoặc cho đến khi chúng nổi lên). Tắt lửa và đổ vào một tô nước lạnh khác.
b) Thêm đường nâu vào và khuấy đều.
c) Chia trân châu vào giữa các khuôn kem que. Chia mật ong giữa các khuôn kem. Để qua một bên.
d) Kết hợp dưa hấu và kem dừa trong máy xay sinh tố và trộn cho đến khi mịn. Đổ vào khuôn kem.
e) Cho vào ngăn đá tủ lạnh khoảng 4 tiếng cho đông lại.
f) Cho khuôn kem que vào nước nóng trong nửa phút rồi nhẹ nhàng lấy ra khỏi khuôn.

99. Trà sữa Chai Affogato

Làm cho: 1

THÀNH PHẦN:
- $\frac{1}{4}$ chén trân châu đen (ngọc trai bột sắn)
- $\frac{1}{4}$ cốc chai latte đậm đặc
- $\frac{1}{4}$ cốc sữa hạnh nhân không đường hoặc sữa thông thường
- 2 muỗng nhỏ Gelato đậu vani Tahitian hoặc kem vani Pháp
- 1 bánh quy pirouette, cắt làm đôi (tùy chọn)

HƯỚNG DẪN:
a) Nấu trân châu theo hướng dẫn trên bao bì.
b) Trong một cái chảo nhỏ, kết hợp chai latte cô đặc và sữa. Đun nhỏ lửa và loại bỏ nhiệt.
c) Múc hai muỗng gelato hoặc kem vào cốc hoặc bát nhỏ và cho trân châu lên trên. Đổ chai latte lên trên và phục vụ với bánh quy pirouette. Thưởng thức ngay lập tức.

100. Mochi trà sữa trân châu

Quy cách: 12 cái

THÀNH PHẦN:
- 1 ½ cốc bột trà sữa
- 50 g đường nâu
- 100 g bột nếp
- ½ chén trân châu bột sắn
- 12 muỗng canh bột đậu trắng
- Bột ngô (để quét bụi)

HƯỚNG DẪN:
a) Trộn nước hoặc sữa, đường nâu và bột gạo nếp. Bọc kín bằng nhựa và lò vi sóng trong 1 phút. Lấy ra khỏi lò vi sóng và trộn hỗn hợp.
b) Đậy nắp và cho vào lò vi sóng trong khoảng thời gian 30s. Lấy ra trộn đều rồi lại cho vào lò vi sóng.
c) Trộn sau mỗi khoảng thời gian cho đến khi tạo thành hỗn hợp đặc. Tổng thời gian vi sóng là khoảng 2,5 phút. Sau đó lấy ra và để hơi thoát ra ngoài. Nấu trân châu bột sắn theo hướng dẫn trên bao bì.
d) Khi trân châu đã sẵn sàng, lọc và trộn chúng trong một cái bát với đường nâu, và để chúng ngâm trong hỗn hợp đường. Đun nóng bột đậu trắng trên lửa vừa. Thêm bột trà và khuấy để trộn.
e) Khuấy bằng thìa gỗ để hỗn hợp đặc lại. Hương vị và điều chỉnh độ ngọt bằng cách thêm nhiều trà hoặc đường. Để nguội và cứng lại.
f) Kiểm tra xem hỗn hợp bột của bạn từ Bước 2 đã tạo thành một khối bột mịn chưa.

g) Lấy một muỗng canh hỗn hợp để tạo thành một khối bột phẳng. Sau đó, đặt một muỗng canh bột nhão trắng nấu chín vào giữa bột.

h) Cho viên trân châu vào trong hỗn hợp bột trước khi gói kín để tạo thành hình cầu.

i) Cuối cùng, rắc bột ngô lên bánh mochi trà sữa trân châu để bánh không dính vào tay.

PHẦN KẾT LUẬN

Khi bạn xem đến phần cuối của SÁCH NẤU TRÀ BOBA NHÀ, chúng tôi hy vọng rằng bạn đang cảm thấy được truyền cảm hứng để tạo ra những thức uống trà boba thơm ngon và sảng khoái của riêng mình tại nhà. Cuốn sách dạy nấu ăn này được thiết kế nhằm cung cấp cho bạn hướng dẫn toàn diện về cách pha trà trân châu, từ việc chọn nguyên liệu đến pha loại trà hoàn hảo cho đến cách làm trân châu trân châu của riêng bạn.

Chúng tôi cũng hy vọng rằng bạn đã biết thêm về lịch sử và văn hóa của trà trân châu, đồng thời bạn thích khám phá nhiều công thức sáng tạo và mới mẻ trong cuốn sách này. Cho dù bạn là người yêu thích trà sữa cổ điển hay thích thử nghiệm những hương vị vui nhộn và mới lạ, SÁCH NẤU TRÀ BOBA NHÀ LÀM luôn có thứ gì đó dành cho tất cả mọi người.

Cuối cùng, chúng tôi muốn cảm ơn bạn đã chọn SÁCH NẤU TRÀ BOBA NHÀ LÀM làm hướng dẫn pha chế đồ uống trà trân châu thơm ngon tại nhà. Chúng tôi tin rằng trà trân châu là một loại đồ uống thực sự độc đáo và ngon miệng, xứng đáng có một vị trí trong danh mục pha chế của mọi nhân viên pha chế tại nhà và chúng tôi hy vọng rằng cuốn sách này đã giúp bạn khám phá những cách mới và thú vị để thưởng thức loại đồ uống được yêu thích này. Vì vậy, hãy tiếp tục, thử nghiệm với trà trân châu và tận hưởng kết quả sảng khoái và ngon miệng!.

www.ingramcontent.com/pod-product-compliance
Lightning Source LLC
Chambersburg PA
CBHW050019130526
44590CB00042B/957